स्पर्शकमळे

आनंद यादव

मेहता
पब्लिशिंग
हाऊस

✆ +91 020-24476924 / 24460313
Email : info@mehtapublishinghouse.com
production@mehtapublishinghouse.com
sales@mehtapublishinghouse.com
Website : www.mehtapublishinghouse.com

- *या पुस्तकातील लेखकाची मते, घटना, वर्णने ही त्या लेखकाची असून त्याच्याशी प्रकाशक सहमत असतीलच असे नाही.*

SPARSH KAMALE by ANAND YADAV

स्पर्शकमळे : आनंद यादव / ललित लेखसंग्रह

© स्वाती आनंद यादव
'भूमी', ५ कलानगर, धनकवडी, पुणे-सातारा रोड, पुणे – ४११०४३.

प्रकाशक : सुनील अनिल मेहता, मेहता पब्लिशिंग हाऊस,
१९४१, सदाशिव पेठ, माडीवाले कॉलनी, पुणे – ४११०३०.

अक्षरजुळणी : पीसी-नेट, नारायण पेठ, पुणे – ३०.

मुखपृष्ठ : जोशी आर्टस्

प्रकाशनकाल : ऑक्टोबर, १९७८ / जानेवारी, १९८४ / ऑगस्ट, १९९३ / ऑगस्ट, १९९९ / सप्टेंबर, २००६ /
पुनर्मुद्रण : डिसेंबर, २०१३

ISBN 81-7161-898-7

न कळत उत्कट जगलो
सीमेवरि तरि सखी
मधुर स्मिताच्या लहरी
लालसलेल्या मुखी...

... आनंद

‘स्पर्शकमळे’तील शृंगार

शृंगारिक मराठी गद्य वाङ्मयात अजूनही स्त्री ही एक भोग-वस्तू म्हणूनच रेखाटली जाते. त्यामुळे तिच्या सघन नितंबांवर आणि मांड्यांवर, लुसलुशीत ओठांवर आणि गुलाबी गालांवर, मांसल अवयवांच्या मृदुमुलायम स्पर्शावर गद्यलेखकांचा सदैव डोळा रमत-रेंगाळत असतो. या पलीकडे गद्यलेखक तिला पाहू शकत नाहीत.

शृंगारिक वाङ्मय वाचणारा बहुसंख्य वाचकवर्गही या भोगलालसेपायीच अशा वाङ्मयाकडे वळत असतो. वाचकवर्गाची अशी मागणी असल्यामुळेही कदाचित मराठी गद्यलेखक स्त्रीचे अशा प्रकारचे शरीर-भोगाच्या पातळीवरून सदैव वर्णन करीत असावा

दुसरे असे की अनेक गद्यलेखक स्त्रीचे किंवा स्त्रीपुरुषसंबंधाचे वर्णन करीत असताना स्वतःच विकारवश होऊन वाहवत जातानाही दिसतात. त्यांचा स्वतःचा तोल सुटतो. हे अधिकच केविलवाणे आहे. अश्लिलतेचा प्रश्न अशा प्रकारच्या आत्ममैथुनात्मक वासनाविवश वाङ्मयातून उद्‌भवतो; हे इथे वेगळे सांगण्याचे कारण नाही.

या भोगलालसेच्या विकारी अस्तित्वापलीकडे शृंगारिक वाङ्मयात स्त्रीला आणखी एक नितांत सुंदर अस्तित्व आहे. आस्वादाच्या पातळीवर तिच्या या अस्तित्वाचे रूपसौंदर्य अनुभवता येते; याचे भान बहुतेक मराठी गद्यलेखकांना नसावे, म्हणूनच मराठीत चांगले शृंगारिक गद्यवाङ्मय नाही.

नीटपणे साक्षेपाने विचार केला तर असे दिसून येते की पुरुषाशिवाय स्त्रीचे

आणि स्त्रीशिवाय पुरुषाचे जीवन सर्व पातळ्यांवर अपुरे असते. मनुष्य हा बुद्धिवादी किंवा समाजशील असला तरी मूलतः तो प्राणी आहे. निसर्गाने जेव्हा त्याला निर्माण केले तेव्हाच त्या निर्मितीच्या पाठीमागे निसर्गाची म्हणून एक सनातन प्रेरणा असणारच. 'निसर्ग' शब्दाचा मूळ अर्थ 'पुढे सरकणे' असा आहे. निसर्गाने जे जे निर्माण केले ते ते सतत पुढे सरकत राहिले पाहिजे, असे ते सूत्र आहे. या सतत पुढे सरकण्याची प्रक्रिया म्हणजे मालिका निर्माण करण्याची प्रक्रिया. 'संतती' (मालिका) निर्माण करण्याची प्रक्रिया होय. निसर्गाच्या या सनातन प्रेरणेनेच स्त्रीपुरुषसंबंध निर्माण होतात. म्हणून ते नैसर्गिक असतात आणि म्हणूनच ते अपरिहार्य आणि आकर्षक, सुंदर असतात. मात्र ती सुंदरता स्त्रीपुरुषांना कळावी लागते. ही सुंदरता भावनात्मक आणि संवेदनात्मक पातळीवर जशी समजून घ्यावी लागते तशी ती सामाजिक, सांस्कृतिक, नैतिक पातळीवरही समजून घ्यावी लागते. एवढेच काय आध्यात्मिक पातळीवरही समजून घेता येते. गोकुळातील बाळकृष्ण आणि गवळणी, राधाकृष्ण-संबंध, शिवलिंग-पूजा, खजुराहोची कामशिल्पे, अर्धनारीनटेश्वराचे अध्यात्म या हिंदुधर्मातील सांस्कृतिक घटना आणि संकल्पना या पातळीवर समजून घ्याव्या लागतात.

त्यांचे तसे आकलन झाले तर स्त्रीपुरुषसंबंधांचा परस्परांनी सौंदर्यात्म आस्वाद कसा घ्यायचा हे सहज कळू शकते. शारीरिक भोगाच्या पलीकडे कसे जायचे आणि सौंदर्यात्म आस्वाद कसा घ्यावयाचा याचे सूक्ष्म ज्ञान झाले की आस्वादोत्तर मन कसे सहस्र पाकळ्यांनी फुलून येते आणि भोगाची पाशवी पातळी आपोआप गळून पडते.

भोग आणि आस्वाद यांत नेमका कोणता फरक आहे याचे विस्तृत विवेचन मी इथे करीत बसत नाही. गुलाबाच्या पाकळ्या काढून कुस्करून गुलकंद करून

खाणे म्हणजे भोग. त्याच इच्छेने गुलाबफुलाकडे पाहणे म्हणजे भोगलालसा. आणि गुलाबाला ते नाजूक फूल आहे या जाणिवेने खुडून घेणे, त्याचा गंध पार आतड्यापर्यंत खोल हुंगणे, त्याच्या अतिकोमल पाकळ्यांना हळुवार स्पर्शून स्पर्शसुख घेणे, त्याचा गार स्पर्श डोळ्यांना देणे, पाकळ्यांचा रंग छटाछटांनिशी न्याहाळणे, त्यांचे गोलाकार डौलदार रूप डोळ्यांनी अनुभवणे, बोटांच्या संवेदनाशील, डोळस, नाजूक टोकांनी कोमल पाकळ्या अधिक फुलवणे, त्यांना नखांची जखम जराही होणार नाही, अशा बेताने हळुवार स्पर्शणे, म्हणजे आस्वाद घेणे होय. एवढे उदाहरण भोग आणि आस्वाद यांतील मला अभिप्रेत असलेला फरक कळायला पुरेसे आहे. जाता जाता हेही सांगावेसे वाटते की रूप म्हणजे आकार नव्हे. निसर्ग किंवा परमेश्वर काहींना 'रूप' देतो तर काहींना फक्त 'आकार' देऊन मोकळा होतो. झाडाला, फांदीला त्याने 'आकार' दिलेला असतो, पण फुलांना, फुलपाखरांना त्याने 'रूप' दिलेले असते. शेतकरी मेथीची किंवा फुलांचीही पेंढी बांधतो आणि जाणकार त्या फुलांच्याच पेंढीला सोडून पुष्पगुच्छ तयार करतो. 'पेंढी' आणि 'गुच्छ' यातील फरक म्हणजेच 'आकार' आणि 'रूप' यातील फरक असतो. काकूबाईंना 'आकार' असतो तर युवतीला 'रूप' असते. हा फरक ज्यांना कळत नाही ते दुर्दैवी, भोगवादी पशू असतात. ज्यांना हा फरक कळतो ते सुदैवी, आस्वादवादी रसिक असतात.

शृंगारिक मराठी गद्यवाङ्मयातील बहुतेक शृंगार कथा, कादंबरी, नाटक या सारख्या स्वतंत्र-पात्र-निर्मित वाङ्मयातून व्यक्त झालेला आहे. 'ललित गद्या'च्या माध्यमातून आत्मनिष्ठ पातळीवरून तो शृंगार कुणी जाणीवपूर्वक व्यक्त करण्याचा प्रयत्न केलेला दिसत नाही. ललित गद्य म्हणजे 'ललितलेख, लघुनिबंध, प्रवासलेखन,

व्यक्तीचे स्वानुभव कथन करणारे लेखन, स्वजीवनातील आठवणी सांगणारे लेख' एवढाच मर्यादित अर्थ इथे अभिप्रेत आहे. ललित गद्याच्या या अनेक उपप्रकारांत 'मी' हेच मुख्य पात्र असते. तो मी म्हणजे लेखक-मी असतो. हा 'मी' आणि प्रत्यक्ष जीवनातील 'मी' हा सर्वार्थाने एकच नसला तरी तो आत्मचरित्रातील 'मी'शी घनिष्ठ संबंधित असतो. तसा तो असावा अशी अपेक्षा असते. लेखकालाही तो तसा ठेवणे क्रमप्राप्त असते. अन्यथा प्रत्यक्षातील 'मी'ला न आलेले अनुभव ललित गद्यातील 'मी'च्या नावावर खपवू गेल्यास त्या ललितगद्यलेखनाचा कसच उतरू लागतो. ललित गद्याचे हे एक व्यवच्छेदक, खास इतर साहित्य प्रकारांपेक्षा वेगळे असे वैशिष्ट्य आहे. त्यामुळे ललित गद्याला (आत्मचरित्राचे नव्हे तर) आत्मचरित्रस्पर्शी वास्तवाचे वेगळे परिणाम लाभत असते.

अशा प्रकारच्या ललित गद्याच्या द्वारा शृंगारविषयक अनुभव व्यक्त करणे मराठी गद्यलेखकांना आपत्ती वाटत असावी. अशा प्रकारचे अनुभव व्यक्त करावयाचे असतील तर त्यांतील तपशील गाळून ते प्रतिमात्म स्वरूपात व्यक्त करण्याचा प्रांत फक्त कविताच आहे; अशी त्यांची सोवळी समजूत असावी. ललित गद्यातून शृंगारविषयक अनुभव ('मी' च्या नावे) व्यक्त करणे गैरसोयीचे वाटत असल्यामुळेच की काय मराठी लेखक स्वतंत्र पात्र निर्माण करून कथा-कादंबरी-नाटक इत्यादींच्या द्वारा त्या अनुभवांना अप्रत्यक्ष वाट करून देत असावेत. म्हणजे शृंगारविषयक अनुभव 'मी' च्या नावे व्यक्त करण्याच्या बाबातीत आपले मराठी ललितगद्यही अजून सोवळेच राहिले आहे. हा सोवळेपणा लेखकांनी सोडून द्यावा. आस्वादाच्या पातळीवर स्त्रीरूप व तदानुषंगिक विविध अनुभव आविष्कृत करावेत या प्रेरणेनेच या संग्रहातील ललित लेख लिहिलेले आहेत. इतरांनी जे अनुभव काही ना काही

कारणांनी व्यक्त केले नाहीत, ते व्यक्त करून दाखविण्याच्या इरेस पडून हे ललित लेखन केलेले आहे, असा याचा अर्थ कृपा करून घेऊ नये. जाणकार अभ्यासू लेखक हा एका बाजूला वाचक म्हणून इतरांच्या साहित्याचे वाचनही करीत असतो. त्या साहित्याचा विचार करता करता मग काही अनुभवांच्या अभिव्यक्तीची अंगे अस्पृष्ठ राहिलेली जाणवतात. जाणकारीने लिहिणारा लेखक अनुभवांच्या त्या अस्पृष्ठ अंगांच्या दिशेनेही त्यांना (आपल्या अनुभवांना) व्यक्त करण्याचा प्रयत्न करतो. खऱ्या प्रयोगशीलतेचा जन्म इथेच होतो आणि त्या प्रकारचे साहित्य पुढच्या टप्प्यावर खेचण्याचा प्रयत्न होतो. यशापयश हा भाग नंतरचा. प्रस्तुत संग्रहातील ललितलेखांतून व्यक्त झालेल्या अनुभवांचे स्वरूपही याच प्रकारच्या दिशेने प्रयत्न करणारे आहे.

अर्थात एवढेच या ललित लेखांत पाहण्यासारखे आहे असे नाही. हे लेख प्रसिद्ध करण्यातील मला वाटलेले वाङ्मयीन औचित्य फक्त स्पष्ट केले; बाकीचा भाग रसिक वाचकांच्या कक्षेतील आहे. तो त्यांच्यावर सोपविणे हेही वाङ्मयीन औचित्याला धरून होईल.

परिपूर्णता येण्यासाठी प्रस्तुत आवृत्तीत शेवटचे तीन ललित लेख अधिक घातलेले आहेत. त्यांच्यामुळे 'स्पर्शकमळे'चा आस्वाद अधिक समृद्धतेने घेता येईल, अशी अपेक्षा आहे.

आनंद यादव

अनुक्रम

■ महाराष्ट्र साहित्य परिषद, पुणे यांनी ठेवलेले अनंत काणेकर पारितोषिक प्रस्तुत मनातली गवळण या ललित लेखास मिळाले होते.

वैनी

वैनीनं माझ्या लहान वयात मला अंतर्बाह्य पालटलं. मन मोकळं करून वागायला, वृत्ती फुलवून जगायला शिकवलं. नवे पहिलेवहिले अनुभव सामोरे आणून दिले. खूप खूप मीपण दिलं. आणखीही काही दिलं... मला कोडं घालत वैनी माझ्या आयुष्यात आली.

...त्या दिवशी उठून आईनं सकाळी आंघोळ केली. नेहमी ती स्वयंपाक झाल्यावर करायची. बाबांनीही आंघोळ घरातच केली. ती क्वचितच घरात होई. एरवी ती मळ्यात दुपारच्या ऊन-तिरपीच्या वेळी व्हायची. त्यांनी आंघोळ केल्यावर घडी करून पेटीत ठेवलेला कधी काळचा पटका कोट काढला. पटका बांधून, कोट घालून ते सोप्यात तंबाखू ओढत बसले. मळ्याकडनं सकाळीच आलेल्या लक्ष्मूदादानंही आंघोळ केली नि आदल्याच दिवशी साबण लावून धुतलेली खळणी कापडं घातली. आईही खोलीत जाऊन ठेवणीचं लुगडं नेसत होती.

घरात कसली गडबड चाललीय मला काहीच कळेना. परसाकडंला जायला म्हणून मी परड्यात गेलो तर गाडी सोडलेली. बैलांच्या गळ्यांत चाळ घातलेलं. ती जुवाला बांधलेली नि त्यांच्या पुढ्यात गवताच्या दोन दोन पेंढ्या सुटलेल्या. चाळ घातल्यामुळं ऐटीत गवत खात होती. मी आणखी गोंधळलो... सगळीच नटलेली. घरात कसं शिलंगणं आल्यागत वाटतेलं. कशासाठी हे सगळं चाललंय?... कुठल्या तरी गावाला चालल्यात जणू समदी! आम्हांला दूमसुदीक लागू दिला न्हाई. आपूणबी जायचं. कायबी झालं तरी जायचं. अजून आणून दुसरं एकबी गाव बघिटलं न्हाई.

खरं म्हणजे आपल्या गावाशिवाय दुसरी गावं आहेत असं मला वाटत नव्हतं. गावाच्या पूर्वेला अफाट पसरलेला ओढ्या-ओघळींचा माळ. पश्चिमेला

आडवा पडलेला डोंगर. ते ओलांडून कोठून तरी माणसं यायची. मला वाटायचं, माळाच्या, डोंगराच्या पलीकडं ही माणसं आभाळातनं खाली उतरत असतील नि हळूहळू इकडं येत असतील... माळ डोंगर आभाळाला भिडल्यागत वाटतेलं. तिकडं गावं असतील हे खरंसुद्धा वाटायचं नाही. पण मोठी माणसं गावाविषयी बोलायची. तिकडं जाऊन यायची. त्यामुळं ती गावं बघायला मी उत्सुक होतो... आता तर गाडी जाणार होती.

आईचं गळ्यात दागिनं घालून झालं.

"आई, मीबी येणार."

"कुठं?"

"तुम्ही चाललाइसा तिकडं."

"आम्ही दादाला बायकू बघायला चाललावं. तू साळंला जा. तुला तिकडनं खायाला भेंड-बत्तासू घेऊन येती. लगीच सांज करून परत येणार हाय. आणि तिथं तुला बघायजोगंबी काय न्हाई."

"अंऽऽ! मी येणार... मला एकदा तरी गावाला न्हेलंईस काय?"

"तिथं काय राधा नाचती काय?" तिचा आवाज चढला. तिनं बाबांना सांगितलं. बाबा खेकसले.

मी गुमान बसलो.

बघायला जाणारी माणसं हळूहळू एकएकजण जमली. कमळात्ती, कल्लात्ती अगोदर आल्या. मग शेजारचा गोपातात्या आला... बाबूमाचा पत्ता नव्हता. तो येणार नाही असा निरोप घटकाभरानं आला.

कुणीतरी ख्याट काढलं, "साच माणसं हुत्यात. बाया तीन नि बापय तीनच... सात तरी पाहिजेत."

"काऽय करायचं?"

"एऽतारा, कोणचं तरी एक पोरगं घे बरूबर आणि जाऊ या चल. कशाला आता कुणाला बलवत बसतीस? उशीर करू नका. उनाच्या आदी गाव गाठलं पाहिजे; चला."

"प्या च्या नि चला बघू. चल अरे आन्द्या बरूबर." तात्यानं मला आर्डर दिली.

मी उठलोच. थंड पाण्याचेच चार तांबे अंगावर ओतून घेतले. अंगावरच्या कुडत्यानंच अंग पुसलं नि धुतलेलं कुडतं घातलं. तयार झालो. आईनं, बाबांनी 'चला' म्हणायची वाटच बघितली नाही. जीव आतल्या आत उड्या मारत होता. हरखून पाणी झालेलो... वैनीला बघायला तिच्या गावाला जायाचं!... कसं असंल वैनीचं गाव?

माळानं गाडी दुडूदुडू पळत होती नि माझा जीव पाखरागत होत होता. अफाट विस्तीर्ण माळ कधी नव्हे इतका मागंमागं जात होता... आभाळ टेकलं होतं तिकडं-तिकडं गाडी धावत होती. ते लांबलांबच चाललं होतं. मला बरं वाटत होतं... वैनीला मनासमोर धरून माणसं बोलत होती. मी आसपास सैरभैर बघत गाडीवानाजवळ बसलेलो. ...लक्ष्मूदादा गाडीवान झालेला.

...दादाचं लगीन करायचं. दादाची बायकू तीच आपली वैनी. आमच्या घरात तिला आणायची. आमचीच हुईल ती. लोकाची लेक आमच्या मालकीची. ती कशी हाय कुणाला ठावं?... वाघमोड्याच्या कंबीगत असंल. खुदूखुदू लाजून हासत असंल. दादाला कंबीसंगं बोलताना ग्वाड वाटतं. तोंडाला पाणी सुटल्यागत करतो... वैनीबी तशीच असणार.

गाव आलं. कसलं निराळंच गाव. घरं कुठं वाटंल तिथं, कशीबशी बांधली होती. गावाच्या मध्ये देऊळ. ते सगळ्यात उंच. त्याच्यावर एक भगवं निशाण... पण गाव बघताना बरं वाटलं. आमच्या गावापासनं एवढ्या लांब येऊन ही माणसं इथं का राहिली असतील असा प्रश्न पडला.

वैनीच्या घरात गेल्याबरोबर पायांवर ऊन पाणी घ्यायला मिळालं. एक पोरगा टॉवेल घेऊन उभा होता. त्या टॉवेलनं मी माझं पाय पुसलं... घरात टॉवेलनं पाय पुसायला कधीच मिळालं नाही. आम्ही सगळीजणं धडपाच वापरत असू. गेल्याबरोबर गोडगोड चहा कपबशीतनं मिळाला. घरात नेहमी ताटली. चहा भुरकताना गंमत वाटली... मी कुणाच्या तरी घरी पहिल्यांदाच पाहुणा झालो होतो. त्यामुळं काही वेगळंच वाटत होतं.

सोपाभर घोंगडी आंथरली होती. पानं खाताखाता बराच वेळ गेला तरी वैनी बाहेर येईना. माझं डोळं आतल्या दाराकडं लागलेलं... आईनं मांडी घालून मला बसायला सांगितलेलं. त्यामुळं ऐटीत बसलो होतो.

वैनी एकदाची आली. अंजिरी रंगाचं खुसखूस वाजणारं नवं लुगडं नेसून आली. आईनं ती पाटावर बसल्यावर तिची वटी भरली. कल्ला आत्तीनं तिला भाकरी, भात आमटी करायला येती का विचारलं. शेतात कामं करायला येतात का विचारलं... वैनीचा आवाज मंजूळ होता. मी मोहरून गेलो. थोड्या वेळानं ती उठली नि सगळ्यांच्या पाया पडली. माझ्याही पाया पडली. मी लाजून गेलो. तिच्या डोळ्यांकडं बघितलं. काळेभोर डोळे. नाक लांबसडक. नाकपुड्या उठावदार. गव्हासारखी तांबूस. नमस्कार करताना तिची ऊनऊन बोटं पायांना लागली नि मी थरारून गेलो. तिच्या नव्या लुगड्याचा धुंद वास नाकात घुसला... वैनी आमची होणार याचा दुप्पट आनंद झाला. तिच्या वयाचं बाईमाणूस आमच्या घरात कुणीच नव्हतं.

स्वैपाक वैनीनंच केला होता म्हणं. मी भात नि आमटी दोनदा मागून खाल्ली. मला ती चवदार वाटली. जेवताना माणसं बोलत होती. माझ्या शेजारी बसलेला एकजण माझी सारखी चौकशी करत होता. मी बडबड बडबडत होतो. ''साळेला जातोय. पैला लंबर हाये.'' म्हणून सांगत होतो. त्या वेळी 'लंबर' ही भानगड खरं तर मला माहीत नव्हती. पण 'लंबर' हा पैलाच असतो असं मला वाटत होतं.

''साळा सोडून मग हिकडं कशाला आलास?''

''वैनीला बघाय.''

माणसं खो खो हसली. वैनीची आई आली नि तिनं माझ्या गालांना गोंजारून अलाबला घेतली. जेवल्यानंतर बर्फीसारखा पिवळाजर्द गुळाचा खडा दिला.

दादाला बायको ठरली. कुणी म्हणालं, माझ्यामुळं ठरली. मी काही देणंघेणं ठरायच्या अगोदरच तिला 'वैनी' म्हणालो... बोलणी झाल्यावर आई स्वयंपाकघरात निरोप घ्यायला गेली. मी तिच्याबरोबर आत गेलो. सारखा वैनीच्या तोंडाकडे बघत राहिलो. जाताना तिनं माझ्याकडं डोळं वर करून बघितलं नि हासली. मीही हासलो. लाजून उड्या मारत आईबरोबर बाहेर गेलो.

वैनी यायची म्हणताना लग्नाची जोरात तयारी सुरू झाली. घर उभं-आडवं सारवून काढलं. तराळीण येऊन घराच्या बाहेरच्या भिंतीवर कावेचे, चुन्याचे पट्टे ओढून वळचणीची भिंत नटवून गेली. आईनं सेवया केल्या. भात, गहू, हरभरे निवडून भरडून दळून आणले. रंगीत पापड, सांडगे, लाडू केले. सगळ्या घरभर गडबड सुरू झाली. कामं करताना शेजारपाजारच्या आलेल्या बायका गाणी म्हणू लागल्या. मीही अधूनमधून शाळा चुकवून या गडबडीत भाग घेऊ लागलो... या सगळ्या गडबडीच्या पाठीमागं एक अदृश्य माणूस उभं होतं. मनोमन ते मला सारखं आठवत होतं. सुखावून जात होतं. घरात नवं नवं काहीतरी घडवत होतं. किती चांगलं माणूस हे!... लाडू-कानवलं, खीर-सेवयांतनं येणारं... वाजत गाजत, नटूनथटून येणारं मुग्ध माणूस... मला वैनी येणार, दारातलं पैलं लगीन मला बघायला मिळणार.

गोपातात्याच्या परड्यात एक मोकळं घर होतं. तिथं वऱ्हाडाला जागा दिली होती. सकाळी चहा देण्याची गडबड सुरू झाली नि मला कळलं की वऱ्हाड आलंय. मी दोनदा चकरा टाकल्या. वैनी कुठं दिसलीच नाही. कुठं गेली होती काही पत्ताच लागला नाही. हुरहूर लागून राहिली. थोड्या वेळानं हळदी लागणार होत्या. वैनीचा तर अजून पत्ता नाही.

काळजी वाटून मी आईला सांगितलं, "आई, तात्याच्या परड्यात वऱ्हाड आलंय. त्यात वैनी कुठंबी न्हाई."

"असंल कुठंतरी; अंधारात बसली असंल. न्हाईतर परसाकडंला गेली असंल." आई पेटी उघडून त्यातला चोळीचा खण घेऊन बाहेर निघून गेली. गडबडीत होती.

बाहेर एकदम तडाम तडाम, तडाडाडा तडाम करून ताशा वाजू लागला नि माझ्या अंगावर काटा आला... दादाला कळस मांडून आंघोळ घातली जात होती. दागिनं घालून नटलेल्या बायकांची ही गर्दी! मला काहीच दिसेना.

"न्हवरीला आणा आता." दादाची आंघोळ झाल्यावर त्याच्या अंगाला हळद लावल्यावर कल्लाआत्ती म्हणाली.

हिरवं पातळ नेसून, निऱ्यांचा घोळ आवरत कळसाकडं वैनी आली. ताशा-सनई वाजत असतानाच कळसाभोवती आपल्या आईबरोबर फिरून कळसात आंघोळीला बसली... पुन्हा बायकांची गर्दी. त्या गडबडीत वैनीला जवळ जाऊन बघायची माझी गडबड. कोण तरी दात वर आलेली बाई मला म्हणाली, "एऽ हांडगूबा, हितं कशाला आलाईस? बायका आंघोळ करत्यात दिसत न्हाई का? पळ. जा तिकडं, खेळ जा पोरांत."

मला आकसल्यागत झालं नि मी भन्नाट पळत सुटलो. लांबलांब पळून गेलो. पुन्हा थोड्या वेळानं परत आलो. एका बाजूला उभ्या राहिलेल्या मला आईनं हाक मारली. अंगावर नवी कापडं चढवून, ती नीटनेटकी करून मग मला बाहेर सोडलं. तोवर बाहेर वैनीला हळद लावून पिवळीजर्द केली होती. जवळ गेलो. हळदीचा ओला उग्र वास नाकात घुसला. कशानं तरी मन भरल्यागत झालं. अबोल होऊन गेलो. खाली ताटात ठेवलेल्या वाटीतली थोडी हळद घेऊन पळालो. माझ्या हातांना घासून हात वैनीच्या हातासारखं पिवळं पिवळं होतात का पाहिलं.

तांदूळ पडायच्या वक्ताला संध्याकाळी कट्यार घेऊन दादाच्या जवळ उभा राहिलो. वैनी खाली मान घालून उभी होती. किती तरी वेळ वाट पाहिली पण वर बघेचना. घोसांच्या बासिंगातनं मला तिचं तोंडही नीट दिसलं नाही. "शुभमंगल सावधान" झाल्यावर तिनं दादाच्या गळ्यात हार घातला... तिचा पातळ पिवळा हात थरथरत होता. मला वाईट वाटलं. जवळ जाऊन तिचा हात धरून तिच्याच शेजारी उभं राहावं असं मनात आलं. पण तसं केलं नाही. वैनीच्या मागं ती मगाची बाई होती. ती माझ्याकडं बघत होती.

दादा-वैनी नंतर माच्यावर बसली. माणसं शेस भरायला येत-जात होती. खाली बघत वैनी बसलेली. मी तिच्याजवळ जाऊन बसलो. तिचे हिरव्या

चुड्याचे हात, रंगीत बासिंग, गालावर लागलेली हळद बघत बसलो. तिनं एकदा माझ्याकडं बघितलं नि ती पुन्हा हासली. मी खुदकन हासलो नि थोडा पुढं सरकून तिच्या हाताच्या चुड्यांवरनं हात फिरवला... तिला बसलेली बघता बघता माझ्या ध्यानात आले, की दादानं आपली भक्कम डावी मांडी तिच्या नाजूक मांडीवर रुतवून ठेवली आहे. तिची मांडी माच्याबरोबर निपटली आहे... ती दुखत असणार. अवघडून गेली असंल. हळूच मांडी काढून घेतली तर दादा काय करणार हाय?...

मी वैनीला हळूच म्हणालो, "हिकडंच सरकून बस की. मांडी अवघडली असंल."

वैनी नुसती माझ्याकडं बघून हासली आणि तशीच बसली... तिलाही तेच पाहिजे होतं.

वरातीच्या वेळी ती खूप नटली होती. झगमगता शालू, तशाच रंगाची अंगासंगं गच्च बसलेली धडीची चोळी. गळ्यात पिवळंधम्मक दागिनं. उभार गोलाई आलेल्या चोळीवर ते उठून दिसत होतं. डोळ्यांत काजळ, गालावर तीट. दोन्ही भिवयांच्या वरून चकमक चिकटवून मेहरप काढलेली. उजळून निघाली होती.

मला खूप उड्या माराव्याशा वाटल्या. वरातीला बँड लावला होता. नवी कापडं घालून मी बँडवाल्यांच्या पुढं उड्या मारू लागलो. मांडवाला नारळीच्या झावळ्या लावल्या होत्या. त्यांची पानं घेऊन त्यांचा पट्टा वरातीपुढं खेळत होता. माझ्याबरोबर गल्लीतली तीन-चार पोरं होती. त्यांच्या म्होरक्या होऊन नाचताना त्यांना शिस्त लावत होतो. जीव वर वर आल्यागत होत होता... गावातल्या प्रत्येक देवाला ती दोघं मोटारीतनं उतरून देवळात जात होती. त्या दोघांची गाठ मारलेलं उपरणं बघून मला गंमत वाटत होती. ती आता आपली आपलीच होत चाललीय याचा आनंद होत होता... तिला तसं दादाच्या मागोमाग जाताना बघून मी एक हाक मारली, "वैनीऽ!" ती कुणाला ऐकू गेली नाही. मनातल्या मनात माझ्या जिवानं मारलेली एक हाक मलाच फक्त कळली.

आतापर्यंत मला माझ्या सरळ नावानं कुणी हाक मारत नव्हतं. जे ते 'आन्द्या' च म्हणत होतं. 'आनंदा, आन्दा' असं माझं नाव माझ्या कानांवर कधीच पडलं नाही. मीही "तुझं नाव काय?" म्हणून कुणी विचारलं तर "आन्द्या" म्हणूनच सांगत होतो. अहोजाहो तर मला कुणीच कधी म्हटलं नाही. लक्ष्मी सोडली तर घरात मीच सगळ्यात लहान. त्यामुळं आई-बाबा तर मला बारीकसारीक कामं सांगायचेच, पण रामूदादा, लक्षूदादा, सदा, आनसाक्का हीसुद्ध कामं सांगायची. त्यांची कामं नाही ऐकली की डोसक्यात नाही तर

मानेवर चापट्या बसायच्या. जे ते फिटीऽटा मारायचं.

घरात वैनी आली नि मला ''अहो अण्णासाब'' म्हणू लागली... माझी छाती फुगली. मला वैनीचा अभिमान वाटू लागला. मी उगंचच मोठ्या माणसासारखा होऊन वागू लागलो. लक्ष्मूदादाला ती दाजीसाब म्हणू लागली. आनसाक्काला आक्कासाब, सदाला दाजीबा, आणि बारक्या लक्ष्मीलाही दिवाणसाब म्हणू लागली. आई आत्तीसाब नि बाबा मामासाब... सगळ्या घराचं रूप तिनं पालटून टाकलं. एक नवं नातं घरात आणलं. अरेतुरे सगळे अहोजाहो झाले. एका माणसामुळं सगळे मानाचे झाले. या नात्यानं सगळी माणसं रुबाबदार झाली. तोपर्यंत आम्ही बहीण-भाऊ नि पोरंच होतो. आता दीर, नणंद, सासू, सासरे, वैनीच्या गावाकडच्या माणसांचे मेव्हणे, विहीन-व्याही असे कितीतरी झालो... मला मनोमन नवी कळा आल्यासारखं वाटू लागलं.

तिनं मला सारखं ''आण्णासाब, आण्णासाब'' म्हणून हाक मारावं, माझ्याशी बोलावं असं वाटू लागलं. मी तिची कामं करू लागलो. ती हौदाला पाण्याला जाई. तिच्याबरोबर एक छोटी कळशी घेऊन मीही जाऊ लागलो. परड्यातलं जळण आणून तिला देऊ लागलो... तिनं मला काही कामं सांगितली की दुप्पट उत्साह येई. जीव फुलून आल्यागत होई. आतापर्यंत सगळीजणं मला कामं सांगताना अपमान झाल्यासारखा वाटे. त्यांची कामं करायला नको वाटत. पण वैनीची कामं करताना जिवाला फुलाचं घस लागल्यागत होई.

वैनी आल्यावर आईनं तिला म्हशीची धार काढायला शिकवलं. एरवी आई धार काढल्यावर दूध पिण्यासाठी मला हाक मारी. तीनचारदा हाक मारून आई वैतागल्यावर मी जाई. पण वैनीच्या हातात धार गेल्यावर मी तिथंच जाऊन बसू लागलो. तिच्या हातानं उनउनीत दुधाचा, फसफसत्या फेसाचा पेला तोंडाला लावू लागलो आणि दूध प्याल्यावर वरच्या ओठावरचा फेस तसाच ठेवून वैनीला दाखवू लागलो. ''हे बघ वैनी, मिशा!'' वैनी हासायची. जवळ घ्यायची नि तोंड पुसायची. तिनं जवळ घेतलं की तिच्या अंगाला खेटून मी उभा राही. बरं वाटे. ती माझं डोकं अंगासंगं गच्च धरून, एका हातानं गालापाशी मऊमऊ धरून दुसऱ्या हातानं तोंड पुसे... हे रोजचंच झालं. मी कुडत्यानं तोंड पुसायचं बंद केलं. तिचा शिकणारा 'सायेब दीर' झालो.

कधी आईनं वैतागून मला बडवायला सुरुवात केली की वैनी सोडवून घेई. रट्ट्याला धरून बाजूला घेऊन जाई. हृदयाबरोबर गच्च धरी. मला तिची ऊब मिळे. अशी कुणाची मिळत नसे. तिच्या उबीत उत्कट होऊन हुंदके देत रडतानाही बरं वाटे. ती आपल्या मऊमऊ तळव्यांनी माझे डोळे पुसे. ओठांवरून हात फिरवे. ''न्हाई; गप माझ्या सोन्या. भांडणं करू नेत. अभ्भेस करावा.

आतीसाब सांगतील ते ऐकावं.'' असं दाटदाट सायीगत असलेल्या प्रेमानं ती बोले... बरेच दिवसांत असं काही झालं नाही तर मला चुटपूट लागून राही. वैनीच्या कुशीत शिरायला मिळत नसे.

तिनं वाढलेलं खाताना भूक कडकडीत लागल्यागत वाटे. खरं म्हणजे तिनं केलेल्या आमटीवर फोडणीचा तवंग जास्त येई नि ती चमचमीत लागे. तिची पापड आलेली भाकर तर अगदी नाजूक. तळ कोणता नि पापड कोणता हे कळायचंच नाही. कधी आई नाहीतर आनसाक्का भाकरीला बसली तर मी हळूच वैनीला म्हणायचा, ''तू कर की गं भाकरी.''

''सांजचं करती. मला जरा दुसरी कामं हाईत आण्णासाऽब.''

अनेक वेळा तिच्याशी मी मस्ती करी. परड्यात तोंड धुताना तिच्या अंगावर पाणी मारी. तिची एकदा मी जोडवी दडवून ठेवली. हुडकून हुडकून ती रडकुंडीला आल्यावर मग दिली. ती माझ्यावरच रुसली. भाकरी करणार नाही म्हणाली. मला भीती वाटली, की ती आता माझ्याशी कायमचंच बोलणं बंद करणार; म्हणून मी कावराबावरा होऊन गेलो. रडू ओठांवर आलं. मग शेवटी तिनंच मला शेंगागूळ देऊन माझं रडू काढून टाकलं.

आमच्या घराला सलग असे चार सोपे आहेत. सडकेवरनं पहिल्या दारातनं सरळ बघितलं की पाऽर पाची दारांतनं पलिकडचं परडं दिसतं. हे प्रचंड घर आतापर्यंत फुंकणीसारखं पोकळ वाटत होतं. कोणीही माणूस आलं नि आई मागं गोठ्यात असली तर माणूस सरळ चारी दारं ओलांडून गोठ्यात येई. त्याला काही धरबंदच नव्हता. पण वैनी आल्यापासनं घर गूढ वाटू लागलं. मधल्या खोलीत मोलाचा खाजगी ठेवा असल्यागत वागू लागलं. आई आलेल्या माणसांना बाहेरच्या सोप्यातच थोपवू लागली. तिथंच बोलत बसू लागली... मधल्या खोलीत वैनी दुपारची विश्रांती घेई. तिची कापडं, दागिनं तिथंच असत. तिच्याबरोबर एक नवी ट्रंक आली होती. तिच्यात काय आहे मला माहीत नव्हतं. ती अंधरात असे... दुपारी त्या काळोखात वैनीच्या बांगड्या किनकिनत असत.

...आता घराला एक नवं रूप आलं होतं. वैनी घरातनं हिंडताना घराची भुई सुखावल्यासारखी होई. तिच्यावरनं प्रत्येक आठदहा दिवसांनी वैनीच्या सारवणाचा हात फिरू लागला होता. तिचं पायांत घोळवलं जाणारं लुगडं भुईला पंख्यासारखं वारा घालत फिरू लागलं होतं. घरातला कपडालत्ता, घोंगडी-वाकळा, दावी-दोऱ्या, बाकीच्या वस्तू नीटपणे आपआपल्या जाग्यांवर बसू लागल्या होत्या... त्यांना आता एक नवी रीत आलेली होती. नवर रिवाज घराच्या अंगवळणी पडला होता. त्यालाही एक हिरवं नातं मिळालं होतं. त्याची नवी धनीण तिथं

वाढू घातली होती. घर मनानं श्रीमंत झाल्यागत वाटतेलं.

वैनी समोर आल्यावर मीही कुणाला मेचत नव्हतो. अभिमानानं वागत होतो. कुठला तरी एक पुरुषी अहंकारही मनात उगवला होता. वैनी तो सांभाळत होती. माझ्या संकटात ती धावून येत होती. ढालीसारखी संरक्षण करत होती. ती माझी आई नव्हती, बहीण नव्हती का बायको नव्हती. दिराला मिळालेलं ते एक नातं होतं. आमच्या मोठ्या कुटुंबात तिच्या नवऱ्यापेक्षाही ती माझ्यासारख्या धाकल्या दिराजवळ अधिक फुलली. दिराचाही दडपला गेलेला जीव तिनं हळुवार फुलवला. त्याला पुरुषाला शोभेलसं वागण्यासाठी आत्मविश्वास दिला... म्हणून मला वाटतं, प्रत्येक पुरुषाला एक तरी वैनी लहानपणी असावी. वैनीचं असं हे रक्ताचं आणि प्रेमाचं दुहेरी नातं पुरुषाला मिळालं तर तो पूर्णपुरुष होईल.

◆

गाठीची चोळी

गाठीची चोळी हा एक तंग अनुभव असतो. तिचं नाव घेतलं की मन उन्मादक होतं. डोळ्यांना काही हरवल्यासारखं वाटतं. ते हवेत भिरभिरायला लागतात. त्यांना अनेक चोळ्या दिसू लागतात... दणकट पिवळ्या बांध्याला घातलेली शहापुरी चोळी. काळसर पडत गेलेल्या रोजगार करणाऱ्या अंगाला घातलेली साधी चिटाची. अधून मधून दिसून अडाणी हुरहूर लावून जाणारी जरीची चोळी... ह्या सर्वात खानदानीपणानं दिमाख दाखविणारी पुणेरी चोळी काही वेगळीच... पुणे तिला हरवून बसलं आहे. खेड्यातून, जरा सुखवस्तू घरातून ती डोकावते. कधी तरी बाहेर पडणाऱ्या अमोल अंगाला ती कायमची बिलगून बसलेली असते.

तिचा अनुभव कधीतरी मस्त रंगणाऱ्या विड्यासारखा काही निराळाच. मन तंग करून टाकणारा. काळजाचा तुकडा आपल्या ठुशीला लावून ती मोकळी होते... मग नुसतं तुकडे होत राहाणे आपल्या हातात उरतं.

म्हणून पुणेरी चोळी एकदा खरेदी करावी. परगावला जाऊन आणावी... जीव चोळीगत हिरवा गुलाबी होऊन जातो. ती तशी नुसती आणता येत नाही. चोरून आणावी लागते. चाट्याच्या दुकानात शिरताना मन उगीचच गुन्हेगारासारखं होतं. तरी शांतपणाने शिरावं... खरं म्हणजे आपणाला चोळी खरेदी करावयाची असते; पण तिचा उच्चारसुद्धा करावयाचा नाही. प्रथम आपणाला एक धोतर घ्यावं. एखादं कुडत्याचं कापड घ्यावं. जमल्यास पांढराशुभ्र फेटा घ्यावा. आणि शेवटी हळूच "चोळी एखादी दावा बघू;" म्हणून सांगावं.

"कोणची दावू?"

"पुणेरी..."

चाटी आपल्याकडं हळूच बघेल. आपण आपला चेहरा मोठ्या बापयागत सरळच ठेवायचा. ढळू द्यायचा नाही... लग्न झाल्यासारखा निर्विकार. चाटी मग अनेक घड्या काढतो. घड्यांच्या पलीकडे तीच उभी असते. पण त्या वेळी तिच्याकडं लक्ष द्यायचं नाही. चोळ्यांच्या घड्यांवर लक्ष ठेवायचं... रंगमहालाचा आभास घड्यांच्या रंगावर, चौकड्यांवर, फुलांवर, काठांवर उभा केलेला असतो. तिथंही धुंद व्हायचं नाही... घडीला वास येतो. वास येऊ लागला की मन बेभान होतं. चाट्याचं दुकान डोळ्यांसमोरून संपतं. मनातलं कोणतरी येऊन जनात उभं राहातं. खाली मान घालून आपणाला मनोमन बघतं. बोलत नाही. लाजेनं त्या माणसाचं पिवळं हडूळ शेत मोहरताना अंजिरी होत जातं. खाली घातलेल्या मानेखाली जवळच दोन गोबरे भितरे ससे बसलेले असतात. पिवळ्या रंगाचे गोरेपान गुबगुबीत ससे... भीतीनं धुडधुड उडणारे. कोण आलं किंवा काय टकमक बघणारे. त्या सशांसाठी हिरव्या चौकड्याच्या गारेगार पुणेरी चोळीचं शेत दान करायचं असतं... त्या शेतात ते ससे लपले की आपले डोळे बंदुकीतल्या गोळीगत उडून जातात. आणि कळतं की आपली शिकार होऊन आपणच घायाळ झालो आहोत...

भानावर येऊन त्या चोळीचा खण खरेदी करायचा. चतुर हातांचा चाटी कमळाचं फूल मिटवल्यागत चोळीचा त्रिकोणी खण तयार करतो... शेवटी हळूच तिच्यावर हात फिरवतो, आणि आपल्या अंगावर फेकतो. आपण तो दोन्ही हातांनी झेलायचा... अशी झेलायची सवय पुढं फार उपयोगी पडते. खण हातात आला की फेट्याच्या वर तो नाही ठेवायचा. हळूच त्या फेट्याची घडी उघडून दोन्ही घडीत संपूर्ण सारून द्यायचा... खण फेट्यात संपूर्ण मुजून गेला की फेट्याला तृप्त वाटतं. ती तृप्ती अनुभवत खरेदी करून बाहेर पडायचं... अशा खरेदी केलेल्या चोळीबरोबर पुरुषाचा प्रवास जन्मभर होतो.

चोळी चोरून पाण्याच्या वाटेवर नाही तर मळ्याच्या वाटेवर द्यायची असते. घरातल्या माणसाला ती कुणी दिली हे कळूच नये. अशी कळू दिली नाही की माहेराला वाटतं, सासरहून आणली. सासराला वाटतं, माहेरहून आणली. सासूला वाटतं, नवऱ्यानं दिली आणि नवऱ्याला वाटतं, तिनंच पैसे साठवून विकत घेतली. पण तिला वाटतं, आपण चोळीच्या रूपानं चोळीच्या धन्याला पांघरतो. त्यालाही वाटतं, आपण तिला गच्च बसलो आहोत... हातातनं गेलेली अशी चोळी कुणाच्या तरी अंगात बघितल्यावर हातांना आपोआप फुलं येतात.

शिंपीसुद्धा चोळी शिवताना तिच्यात मन गुंतवून शिवतो. पुन्हा पुन्हा चाचपतो. ठुशी उघडून आत बघतो. ती झाकतो. उरावरची घडी सरळ करतो. तिथली शिवण फार पक्की शिवतो. आणि तिच्यावर सफय हात फिरवतो... त्या

हातातून सुपाऱ्या, आंबं, सिताफळं आणि एखाद्या वेळी मोठी रामफळंसुद्ध सरकत गेल्याचं सुख त्याला मिळतं... तो चोळी उचलत नसतो तर तिचे दोन्ही हात धरून उचलत असतो. डोळ्यांसमोर धरतो... बांधा न्याहाळतो आणि कुठं काय येईल ते नक्की करतो. पहिल्यांदा गाठ मारून बघतो... आकाराचा अंदाज घेतो. आणि मग नवा उग्र वास काळजाच्या तळापर्यंत घेत गाठ हळूच सोडतो. तंग होत मन आवळत जातं.

चोळीची मालकीण परगावची असेल तर नवी चोळी अंगाला कशी बसते, हे तिथंच बघते... तिथंच एका बाजूला पदर अंगावर सभोवार घेऊन आतल्या आत जुनी चोळी काढली जाते... आतल्या आत केवडा उमलतो. कणसं फुलून येतात. हळूच नव्या चोळीखाली स्वत:ला घेऊन बघतात... कसं वाटतं ते अनुभवतात. पुन्हा मुक्त होतात. पुन्हा जुनी चोळी. नवी चोळी हातात येते. बाजारच्या पाटीत घडी करून सावकाश ठेवली जाते... तेव्हा चोळीला स्वप्नं पडायला लागतात. स्वत:ला शिवून घेतलेल्या वेदना ती विसरते. जीवनाचं सार्थक झाल्याचं सुख तिला मिळू लागतं... मनोमन तंग होत जाते.

गाठीच्या चोळीला असला फार मोठा भोग मिळत असतो... ती नुसती अंगात जात नाही. अंगांगात जाते. काखेत जाते. गळ्याभोवतीनं पडून राहाते. मऊ मुलायम दंडांत गच्च सरकून बसते... कामचक्रांना खांद्यावर सांभाळत खाली उभी राहाते. त्यासाठी आपल्या दोन शेवटांची गाठ मारून घेते. हे सांभाळणं फार अवघड असतं. निम्मी कामचक्रे बाहेर ढळू बघतात. त्या ढळणाऱ्या चक्रांना अढळपणे हळुवार सावरायचं असतं. त्यासाठी तिला घट्ट लपेटून अंगअंगच होऊन राहावं लागतं... चक्रांचे बर्हिर्गोल भरीव आकार केंद्रासह तिच्यावर उमटत राहातात. अंगअंग झाल्याशिवाय हा अनुभव येत नाही... खरं म्हणजे अंगअंग होणं जिकिरीचं असतं. अगोदर आपलंच अंग मृदुमुलायम असावं लागतं. स्वत:ची अचूक आणि पक्की असावी लागते. तशाच सांभाळल्या जाणाऱ्या अंगाचा भरवसा नसतो. उसासणाऱ्या वयाचं ते अंग असतं. नुसतं उसासणारं नव्हे तर प्रसंगी घामाचं चिंब होणारं... केवड्याला आलेला तो सुगंधी घाम चोळीनं पीत उभं राहायचं असतं. ...घाम पिऊनही पिचायचं नसतं. आपणच घायाळ होऊन जायचं नसतं. शिवाय हे बेभरंवशाचं अंग. एका रात्रीत सुद्धा वाढेल. भरून येईल. अशा वेळी चोळीनं उसवू नये; अवसानघात करू नये. गाठी आवळून मारून याव्यात. सहन करत उभं राहावं. पाहिजे तर ठुशा बदलून घ्याव्यात.

...गाठीची चोळी घालताना कुणाला तरी चोरून पाहावं. विशेषत: गाठ मारताना पाहावं. पाहाता येत नसेल तर खुशाल आत्महत्या करावी. गाठीची

चोळी अंगावर सोडता आली पाहिजे. ते जमत नसेल तर मग मिशा काढून टाकाव्यात. काहीच जमत नसेल तर शेवटी गाठीची चोळी बाह्यांना झटकून उन्हात घालावी. तिच्या शिंतोड्यानं तोंड तुषारावं. तिचा घामट गंध मातीतल्या कस्तुरीसारखा असतो तो हुंगावा. कल्पनेतल्या नाकाला तो घेता येतो.

चोळी उन्हात घालताना चोळी दिसत नसते. चोळी पाठीमागं उभ्या असलेल्या घरात कोणीतरी नुसतंच चोळीशिवाय असलेलं दिसतं... कधी न उघडं होणारं अंग पडद्यात असल्यागत पातळांखाली उघडं होऊन वारा घेत असतं. आतल्या आत चालता चालता सूर्यफुलं झुलत असतात. पातळाच्या बारीक घासण्यानं त्यांच्या तांबूस काळ्याभोर टोकांना नाजूक गुदगुल्या होत असतात... एखाद्या वेळेस नुक्तीच आंघोळ झालेली असते. ताजं ताजं वाटत असतं. त्या वेळी चोळीनं अंगावर आपल्या खाजगी मर्यादेच्या खुणा करून ठेवलेल्या असतात. त्या खुणा म्हणजे चोळीच्या चतु:सीमा. त्यांच्या पलीकडं चोळीचं राज्य नाही. आणि आत दुसऱ्या कुणाचं राज्य नाही. फक्त चोळीचं. ...आणि तिनं मुक्त करून दिलं तर आणखी कुणाचं...

श्रीकृष्णानं सोळा सहस्र चोळ्यांच्या गाठी सोडल्या; म्हणून त्याला उत्तम पुरुष म्हणतात. गाठी सोडायला सुद्धा नाजूक नखं लागतात. डोळे तर फारच धारदार असावे लागतात. त्यांनी प्रथम गाठी ढिल्या करून घ्यायच्या असतात... पण गाठ सोडतानाच गाठ बसत असते, हे चोळीचं माहात्म्य आहे... आणखी एक सांगतो. ती एकदा दंडात घालून बघावी. म्हणजे दंडाचा नेमका अंदाज येतो... दंड दंडांत उतरल्याचा आणि नंतर रुतल्याचा भास होतो. पण ही गोष्ट अगदी एकान्तात करायची असते... तिथंही एखाद्या वेळेस झाडं उसासतील. त्यांना चोळीचीच शपथ घालावी.

-दळणाची मांडी घातल्यावर चोळीची गाठ सुटलेली असते. म्हणजे सोडली जाते. जात्याची धुंदी सगळ्या अंगाला येते. अंग घुमायला लागतं. घामानं डवरून जायला लागतं... या वेळी चोळीची दारं उघडीच असलेली बरी.

...कधी कधी आपोआप चोळीची दारे उघडी होतात. कुठं तरी गुळाच्या गाड्यांचा सौदा करायला, कापसाचे बोद विकायला, तंबाखूचे पैसे आणायला चोळीचा धनी दूरदेशी गेलेला असतो. घरात स्वयंपाक करता-करता, जेवायच्या वेळी, रात्री अंथरुणं घालताना आठवणी भरून येतात. दिवसभर शेतात एकटीच कामं करायची असतात. कामं करता करता चोळीची गाठ सारखी सुटू लागली तर आनंद होतो... धनी येण्याचा तो शकुन असतो... मन फुलून येतं. ह्या संकेताविषयी विचारायचं नाही. तो फक्त अनुभवायचा. गाठीचा आणि धनी येण्याचा काय संबंध, असा प्रश्न विचारायचा नाही. प्रश्न केला तरी उत्तर सोपं

आहे... अनेक दिवस एकटा परदेशी राहून आलेला धनी त्या गाठीचाही धनी असतो... तो प्रवास करताना मनोमन दर रात्री गाठी सोडत असतो आणि इकडं स्वयंभू आत्मीयतेनं स्मरणाशी एकरूप झालेल्या गाठी सुटत राहातात... गाठ सुटली की फुलत्या मनानं बांधायची. बांधली की ऊर मोगऱ्यागत पुन्हा घमघमतं... घमघमलं की फुगतं आणि गाठीला पुन्हा सुटण्याची आठवण होते... ती सुटून दारे उघडी ठेवते. आणि मनोमन शृंगार करून सत्काराला उभी राहाते.

...गाठीच्या चोळीला बटनं लावताना नेहमी उदास वाटतं. बटनं तिला तोंड मिटून अंगात गप्प बसायला सांगतात. त्या वेळी तिला अंगातली वांझ हाडं रुततात. ती एकाकी असल्यासारखी उदास दिसते. रोज त्याच बायकी हातानं बटणं काढायची आणि त्याच बायकी हातांनी घालायची... हिला हवाहवासा वाटाणारा पुरुषी स्पर्श मिळतच नाही. मग ती ढिलेपणानं अंगात अडकून बसते. ...सुटका नसलेल्या रोजगारणीगत तिची अवस्था होते. तिला अडकून घेतलेले हात असेच कुठं तरी गुरं राखत हिंडतात. एकटेच कोरडे कोरडे फिरतात. त्यांच्या काखेत बसून चोळीखाली कोवळ्या गुदगुल्यांचा चुरूचुरू आवाज करायला कुणी लाभतच नाही.

...कित्येक वेळा ते हात कायमची काकणं गमावून बसतात. मग गाठीच्या चोळीला बटनं लावली जातात. ...गाठ सोडणाराच कायमचा गाठ पडणार नसतो. अशा वेळी सगळं पुन्हा न उघडण्यासाठी मिटून घ्यायचं असतं. गळ्याखालची नाजूक लवण झाकून टाकायची असते. अंग बारीक होत जातं नि वाट बघून बघून कबुतरं उडून जातात. जाग्यावर खुणेशिवाय काहीच उरत नाही. चोळी मग डगल्यागत होऊन अलग अलग होत जाते. खरं म्हणजे अंगाचं कसंबसं थंडीपासनं संरक्षण करणारं तिचं ज्याकीट होतं... गाठीच्या चोळीच्या नशिबी असे दिवस कधी येऊ नयेत.

कुंकू-काकणांच्या संगतीतच ती जन्मभर पाहावी, जन्मभर ल्यावी आणि भोगावीही... अशा जन्मानंतरच तिचं मग सोनं होतं.

◆

डोळे

स्त्रीचे किती डोळे पाहिले! खूप स्त्रिया पाहिल्या. त्यांच्या दुप्पट त्यांचे डोळे. अनेक पटींनी विविध आणि बहुरंगी. स्त्रीपेक्षा तिचे डोळे मोठे प्रामाणिक. स्त्री वरवर हसू शकली तरी डोळे वरवर हसू शकत नाहीत. ते कोरडे ठणठणीत दिसतात. आवडलेल्या पुरुषाकडे स्त्री वरवर दुर्लक्ष करू लागली तरी तिचे चोरटे डोळे दुर्लक्ष करू शकत नाहीत. ...त्यांना पाहायचं असेल तर ते नाकाच्या आडून कोपऱ्यात दडून फुलपाखरासारखे भिरभिरत पाहतात.

एखादी गोष्ट मिळाली नाही तर ते चटकन रडतातही. पाणी न आणतासुद्धा डोळे रडू शकतात. खळखळाट न करता डोळे हसूही शकतात. शब्दांशिवाय खूप खूप बोलतात आणि भावूक झाले म्हणजे सुरांशिवाय स्वर्गीय संगीत गातात. भरदिवसा स्वप्नं न्याहाळतात. अंधारात कधी खूप दूरच्या भविष्यातलं पाहू शकतात. म्हणून स्त्रीने बुरखा घेऊन डोळे झाकू नयेत, प्रकाशासमोरही झाकू नयेत. त्यांच्या इतकं स्वच्छ सत्य सूर्यप्रकाशातही नाही.

त्यांना खोट्या खोट्या रंगातही झाकू नये. ते मुळातच खूप बोलके आणि रंगीत आहेत. ...रंग पाहता आले पाहिजेत एवढंच. त्यांची भाषा रंगांची असते. त्या भाषेला ध्वनी नाहीत. म्हणून ती अनेकार्थी पाकळ्यांची झाली आहे. त्यामुळं डोळ्यांत भावूक झुंबरं रेंगाळतात. नक्षी-प्रकाश पसरत राहतो. अशी भाषा प्रेमाला फार उपकारक. कारण प्रेम हे पत्रातल्या शाईसारखं एकरंगी नसतं; हिरव्या माळावरच्या रंगरंगेल्या अनेकरंगी रानफुलांसारखं असतं. हे खऱ्या प्रेमिकाला माहिती आहे. डोळ्यांतून जेवढं प्रेम ओसंडतं तेवढं फक्त हृदयातच असतं. चुंबनांलिंगनाच्याही पलीकडचं प्रगाढ प्रेम डोळ्यांनी देता येतं... भोळ्या शंकराला तीन डोळे होते पण त्या संन्याशानं ही संधी हुकवली नि कारण नसताना

भलत्याच वेळी मदनाला जाळायला तिसरा डोळा उघडला.

विद्वानांना ज्ञानचक्षू असतात म्हणे. ते कुठे असतात कुणास ठाऊक? पण खरे डोळे मात्र त्यांनी जगापासून झाकून घेतलेले असतात. म्हणूनच त्यांच्या कोटी कोटी शब्दांनी जे साधता येत नाही, ते खेळकर बोलक्या डोळ्यांच्या एका इशाऱ्यानं सहज साधता येतं. यासाठी प्रेमिकांनी पत्र खरडत बसू नये. लेखणी झिजली तरी खरं प्रेम खुरटतंच. प्रेमाची भाषा पत्रात व्यक्त होत नसते, ती नेत्रांत लपलेली असते. ती समजू लागली तर, तिला बोलकी करता आली तर जगातल्या सर्व भाषांवर ती साम्राज्य गाजवू शकेल अशी आहे.

डोळे असलेल्या प्रेमिकानं सिनेमातल्या नटाचा आदर्श ठेवून डोळ्यांवर गॉगलची झापड घालू नये. डोळे सत्कारासाठी मुक्त ठेवावेत. त्यांना भाषा शिकवावी. प्रसंगी चावटपणा करायचा असेल तर डोळाही घालता आला पाहिजे. डोळा घालणं हे मोठ्या चातुर्याचं काम आहे ...डोळा घालतानाच तो काढून घेता आला तर सारं जमतं. नाही तर डोळा फशी पडतो. घातलेल्या ठिकाणी बरोबर अडकतो नि प्रसंगी डोळ्यांखालची थोबाड नावाची बाजूची जागा फुटण्याची शक्यता असते... एका नटीनं असाच एकदा आपला खोटा रंगीत डोळा पडद्यावर घालताना दिसला... कॅमेऱ्यानं टिपण्याइतका खच्चून घातला. पेंगणाऱ्या पब्लिकलाही जागं होऊन पाहता यावा इतका मद्दड. त्यावेळी पडदा टर्रकन फाटून गेला... असा डोळा फारजण घालतात. पण आपण त्याकडं कानाडोळा करून निघून जावं.

...डोळ्याला डोळा भिडवणं त्याहून कठीण... घरंदाज स्त्रीच्या डोळ्याला शहाण्यानं डोळा भिडवू नये. तसं केलं तर आपल्या डोळ्यांचे होरपळून कोळसे होतात. आपल्यापेक्षा वयानं कमी असलेल्या डोळ्यांशी डोळा भिडवण्यातही गंमत नसते... कारण गामागुंगानं रस्त्यातल्या पोराला कधी टांग मारली नव्हती नि शंकराचार्यांनी शेतकऱ्याच्या पोराला कधीही जिंकण्याचा प्रयत्न केला नाही. डोळा भिडवणं म्हणजे चार डोळ्यांची झोंबी असते, डोळ्यानं डोळ्याशी केलेली मस्ती असते. हिंमतवाल्या डोळ्यांनी ती तितक्याच ताकदीच्या नाजूक डोळ्यांची काढलेली छेड असते. ती जरी आक्रमक तरी आकर्षक असावी लागते. चातुर्याचा चातुर्याशी झालेला तो उघड उघड सामना असतो... तसं जमेल तरच डोळे भिडवावेत. नाही तर नाजूक कमल-नयन बघूनही डोळेझाक करून बैलासारखं खाली मान घालून समोरून निघून जावं.

डोळा ठेवणं त्यापेक्षा अधिक धोक्याचं. कारण तसं करणं स्फोटक आहे. तो कुणालाही न कळता टाईम बॉंबसारखा ठेवावा लागतो. ...प्रसंग ओळखून त्याचा स्फोट करावा लागतो. खरं म्हणजे डोळा ठेवणं तसं वाईटच. ते

विध्वंसक असतं. नसता संशय धरतं. कट-कारस्थान करतं... काम पिळून घेणाऱ्या मालकाचे डोळे या जातीतले. ते हाताखालच्या डोळ्यांना त्रस्त करून सोडतात. पोरींच्या डोळ्यांना भेदरवून सोडणारे ते तांबारलेले डोळे असतात... त्यांना फक्त एवढाच रंग माहीत असतो. पण बेट्या मालकाला हे माहीत नसतं कारण आपल्याच डोळ्यांतले रंग आपणाला पाहायला येत नाहीत. आपल्या मनाच्या तळ्यात पाहता येतात. डोळे मनापासून मिटले की डोळ्यांचे रंग डोळ्यांना दिसू लागतात. ही डोळ्यांची गंमत आहे.

आरशात दिसतात ते डोळ्यांचे बाह्य रंग... का कुणास ठाऊक घारा रंग धूर्त असतो. ...तो एकदा कोकणात माझ्यासमोरून पळाला होता. निळा रंग समुद्रासारखा गहन, खोल वाटतो... हा रंग सतत काहीतरी काव्यमय जगत असावा. त्यात चंद्राची बोट करून दूर दूर जाता येतं. तिथं काश्मीर असतं आणि काश्मिरात ताजमहाल भेटतो. नद्यांचं पाणी निळं वाटतं. उंच, शुभ्र हिमालयालाही निळ्या छटा येतात. रंगीत फुलांच्या पायघड्या पडतात... हे निळे डोळे असे स्वप्नात नेतात आणि घायाळ करून वास्तवात आणून सोडतात.

पांढऱ्याशुभ्र टपोऱ्या कवड्यावरचे काळेभोर डोहासारखे डोळे मनातल्या इच्छांना झुळकीसारखे प्रसन्न करून टाकतात... यांच्यात संगमरवरी मंदिरं भेटतात. मंदोदरी अहिल्या यांनी उभी केलेली आर्य मंदिरं असतात ती. हा समुद्र नि ही मंदिरं आरशात दिसत नाहीत... रंगातून रंगत रंगत आत गेल्यावर ती झोपेतून उठणाऱ्या बाळ पापण्यासारखी उलगडू लागतात.

...असले डोळे पाहिले की क्षणभर आपण आपल्या पापण्या मिटाव्यात. मिटलेल्या पापण्यांत ही मंदिरं आणि समुद्र स्पष्ट होऊन सापडतात... कधी मंदिराच्या काठावर समुद्र असतो, तर कधी समुद्राच्या काठावर मंदिर दिसतं. कधी मंदिर जवळ वाटलं तर त्यात खुशाल धूप होऊन विरावं. कधी समुद्र जवळ वाटला तर त्यात बुडावं... आकाशात पाखरू होऊन बुडल्यासारखं. फक्त मनाचं अस्तित्व ठेवायचं नि शरीर विरघळवून सोडून द्यायचं. असं केलं तर बुडण्याचा आनंद कळतो. नाही तर मग बुडूनही कोरडं राहावं लागतं ...ह्या समुद्रावर काळ्या नाजूक कमानी असतील तर त्यात इंद्रधनुष्यं दिसायला लागतात. ह्या इंद्रधनुष्यांतूनच कधी कधी बाण सुटतात नि जीव घायाळ करून टाकतात.

...मला ह्या समुद्रस्नानानं घायाळी कधीच आली नाही. झालो तर फक्त व्याकुळ होई. अशा व्याकुळतेच्या वेळी मनात समुद्रातले शिंपले साचू लागतात... रंगीत रंगीत नक्षीचे शिंपले... ह्या शिंपल्यांचा महाल बांधता येतो नि जन्मभर त्याला कुरवाळता येतं. कधी कधी सगळे जन्मच त्याला कुरवाळत घालवण्यात धन्यता वाटते.

एक गंमत सांगतो. आयुष्यात आलेले असेच दोन डोळे हरवलेले आहेत... क्षणाक्षणावर कविता कोरणारे डोळे. काळेभोर, गहिरे, पापण्यांचे दाट बाकदार केस... त्या केसांच्या आरामखुर्चीत मी कितीतरी काळ पडून राही. ते डोळे असेच जवळ येऊन डोळ्यांत वाकून बघून गेले. वाकता वाकता आत अंत:करणात डोकावले नि जिवाचं काजळ चोरून बसले. खूप बोलून, धुके पसरून नाहीसे झाले... कुठे गेले कुणास ठाऊक?... अजूनही पावसात हे डोळे भेटतात. डोहाकाठी शांतपणे भेटतात. उंच पर्वतावरून, हिरव्यागार दरीत पाहताना खोल खोल भेटतात. ...क्वचित कधी समुद्राच्या काठावर गेलो तर पलिकडच्या धूसर क्षितिजावर गहिवरून भेटतात.

...त्या डोळ्यांना काजळ कसं घालायचं हे माहीत होतं. पापण्यांच्या कडांवर रेखलं जायचं. त्यामुळं समुद्र खोल खोल व्हायचा. पापण्या हळुवार मिटून भावनांचे पापे घ्यायच्या... काळजात आपण बुडू-बरबटू नये हे त्या डोळ्यांना ठाऊक होतं. खोटा रंग त्यांनी कधीच आच्छादला नाही... हरवण्यासाठीच असले डोळे भेटतात की काय कोण जाणे?... आता त्या डोळ्यांतल्या शिंपल्यांनी मी महाल बांधले आहेत.

...पुरुषी डोळ्यांकडून असले डोळे हरवले गेले की राठ-राकट भिवयांखाली कवितेच्या ठिकाणी कठोरता येते. अशा भिवयांच्या खाली बहुतेक दारू- रंगाचे पुरुषी डोळे असतात. हा दारू-रंग नंतर येतो. रेषारेषांचा अश्वत्थ तिथं पसरतो. सगळं उलटं दिसायला लागतं. ऊर्ध्वमूल अध:शाख! फांदीफांदीवर बाटल्या लागतात... हे डोळे जगाकडं 'दारूच्या मोकळ्या बाटल्या देणारं जग' म्हणून पाहायला लागतात. त्यांना फक्त दारू हवी असते. सुखात, संकटात, दु:खात कुठेही बुडाले तरी तीच त्यांना तारू शकते... दारूच्या धुंदीत ह्या रेषा प्रसरण पावतात. मग डोळ्यांना ते डोळे असूनही दिसत नाही. दिसते ती फक्त तांबुस धुंदी...

जगाला असाहाय्य आणि केविलवाणं करून सोडणारे हे डोळे कुणीकडे नि काहीसे त्यासारखेच दिसणारे पण जगाची चेष्टा करून त्याला हसरं आणि विनोदवाणं करून सोडणारे मिस्किल डोळे कुणीकडे... फुलपाखरांसारखे ते सतत मिचकत राहतात. तेवढेच आणि तसेच आनंदी असतात. आहे त्या जगात रंग भरून टाकतात. त्याला उलटं करून त्याची गंमत करून सोडतात. टोपी उडवतात. गुदगुल्या करून जगाला नको नको करून सोडतात... हवेहवेसे वाटणारे हे डोळे तसे फार प्रेमळ असतात. एखादी पार्टी असेल, एखादा सुखद प्रसंग असेल, डोक्यातलं चिंतनाचं ओझ उडवून लावायचं असेल, तर ह्या डोळ्यांची तीव्रतेनं आठवण होते. ते मिचकून मिचकून गुदगुल्या करतात

नि विसंगती हेरून बरोबर हासू फोडतात.

कृष्णाचे डोळे असे होते. त्यांनी यशोदेला चकवलं. शकुनीलाही चकवलं. गोकुळातल्या अनेक पोरींच्या गंमती केल्या, तशा सुभद्रा-द्रौपदीच्याही खोड्या काढल्या. गवळणींनी ताक ढवळलं नि ह्यांनी लोणी खाल्लं. बलराम मोठा भाऊ; पण खरं राज्य ह्यांनीच केलं. शीघ्रकोपी दादा जसा त्या मिस्किल डोळ्यांनी संभाळला, तसा बत्तीस हजार चंचल डोळ्यांशी संसार केला... एकीचे डोळे झाकून दुसरीचे चुंबन घेतले ते ह्यांनीच. एकीवरचा अनुराग व्यक्त करण्यासाठी दुसरीला मिचकून रागे भरले ते हेच मिस्किल डोळे ...हे डोळे खट्याळ असले तरी बोचरे नसतात. गुदगुल्या करून सोडून देतात. खरं खरं जगायला शिकवतात. प्रसंगी धावूनही येतात... ह्यांना माहीत असतं की नुसतं अश्रू गाळून उपयोगाचं नाही. आसवाबरोबर हसायचंही सत्य त्यांना गवसलेलं असतं. ह्या डोळ्यांना जगाच्या दोन्हीही बाजू दिसतात म्हणून जगात ते जास्त रमतात.

जगात राम शोधायला आलेले रामाचे शांत करारी डोळे जगाशी समांतर चालले. कैकयीचा राग त्यांनी स्थिरपणे झेलून घेतला आणि वडिलांची घोर आज्ञा पापण्यांच्या ओंजळी मिटून शिरसावंद्य मानली. त्यावेळी त्यांच्या काठावर पाणीसुद्धा उमळलं नाही. सुख-समृद्धी, राज्य-लक्ष्मी, वैभव-विलास यांतून त्या डोळ्यांनी आपली दृष्टी शांतपणानं काढून वनवासाकडं नेली. ते त्यावेळी कणभर हललेसुद्धा नाहीत. स्वप्न प्रत्यक्षात आणता येतं हे त्यांना सिद्ध करायचं होतं. कर्तव्याचा वेध यशस्वीपणे घेत उभे. व्रती डोळे... ते पुन्हा पृथ्वीच्या पाठीवर उगवणार नाहीत. त्यांचं युग संपलं.

करुणा आणि वात्सल्य यांनी भरलेल्या डोहाचं चित्र काढायचं असेल तर ख्रिस्ताचे डोळे काढावेत. अशा डोळ्यांना वेदनांतून वाटचाल करावी लागते. म्हणून ते सुख संवेदनांनी हुरळून जात नाहीत. दुःखाने होरपळूनही जात नाहीत. त्यांनी अथांग दुःखातून प्रवास केलेला असतो. यासाठी ते करुणेत उभे असतात. जगाला संभाळत संभाळतच ते जगाला सहन करतात. जग त्यांनाच छळतं. तरीही ते करुणापूर्णच. जग बच्चा आहे, ते चुका करणाऱ्या कोकरासारखे आहे, हे त्यांना कळतं... हे डोळे दृष्टीचा मऊ प्रेमळ हात सदैव फिरवतात. त्या डोळ्यांच्या दृष्टीखालून आपलं फाटकं मुख न्यावं नि उदंड व्हावं असे ते परमेश्वरी डोळे गांधीजींच्या पोटी पुन्हा जन्माला आले. युगांयुगांतून हे डोळे फिरतात. तापलेल्या जगावर शांती पसरवतात. पण अखेर क्रूसांतील खिळ्यांच्या, बंदुकीतील गोळ्यांच्या टोकावर बसवून जग त्यांना उडवून लावतं. ते क्षमाशीलपणे जातात, ते पुन्हा दुसऱ्या युगात माणुसकीला ग्लानी आल्यावर परतण्यासाठी.

भूत-भविष्य आणि वर्तमानाचा वेध घेणारे शिवाजीचे डोळे इतिहासात युग

निर्माण करून दौडत गेले... त्यांच्यातील पाण्याचा अंत लागत नव्हता; हेतू कळत नव्हता... त्यांचा रंग कसा असेल? ते कसे फिरत असतील? त्या डोळ्यांना डोळा भिडवणं कुणाला शक्य झालं असेल का? अफझलखानही हरला, औरंगजेबाला त्या डोळ्यांना हेरता आलं नाही. इतका जवळचा जिवा महाल, नेताजी पालकर, त्यांनाही ते डोळे कळले नाहीत... ते चतुर डोळे संभाजीला मिळाले असते तर? पुढे तसेच प्रवास करत राहिले असते तर?...

मला हिटलरचेही डोळे आठवतात... दाट, सुरवंटी भिवयाखालचे, सूडाने धगधगणारे, बारीक मण्यांसारखे रक्तभरे हिंस्र डोळे... त्या डोळ्यांनी फक्त धुमसणारा अग्नी पाहिला, रक्त पाहिलं... तोफा, बंदुका, रणगाडे, युद्ध, गॅसचेंबर्स, प्रेतांचे खच पाहिले... सगळा महानाश जिंकत चाललेले ते आत्मनाशी डोळे... विछिन्न जर्मनीवर अजूनही तरळत-तरंगत असतील, ...बर्लिनमधील भिंतीला गिरमिटासारखे आतून पोखरत फिरत असतील.

स्वयंवराच्या वेळी रामाने धनुर्भंग केल्यावर त्याला माळ घालतानाचे भावूक उमदे डोळे... त्या डोळ्यांनी त्या क्षणात किती उज्ज्वल भविष्य रंगविलं असेल, किती स्वप्नं त्या क्षणात फुलपाखरासारखी उडाली असतील. दशरथाचा ज्येष्ठ पुत्र, प्रजेचा आवडता युवराज, एकवचनी, एकपत्नी, प्रत्यक्ष परमेश्वर, घन:शाम, राम मिळणार म्हणून त्या आर्येचे डोळे कसे भावनेने भरून आले असतील... ते प्रमदेचे उपवर डोळे आणि आयुष्याच्या अखेरीला पृथ्वी पोटात घेत असताना रामाला न्याहाळणारे, अलिप्त, अलग डोळे... पापण्यांत थंडपणे उपरतीत मिटू इच्छिणारे, 'आयुष्याचा अर्थ कळला रे, कळला रे-' म्हणून उदास होत जाणारे, निष्पाप अबलेचे ते असाहाय, सहनशील डोळे.

रामाचे डोळे एकजन्मी होते, ते पुन्हा फिरून येणार नाहीत. पण सीतेचे डोळे युगांयुगांतून आक्रोश करत हिंडत आहेत... रामाचे युग मागे गेले.सीतेचे डोळे प्रत्येक युगात, प्रत्येक क्षणी न्याय मागत भटकतात... रामनेत्रांच्या कांचनमृगाला भेटू बघत, शोधत शोधत ते पुढेच चालले आहेत... आता भेट होणे कठीण, आता फक्त अंतर वाढत आहे. आणि आक्रोशही वाढतो आहे.

भोवतीने राजवैभव असले तरी लक्ष्मणापेक्षाही घोर वनवासी डोळे ऊर्मिलेचे आहेत... दु:शासन वस्त्रहरण करताना स्वाभिमानी द्रौपदीचे डोळे कसे झाले असतील?... दुर्योधनाच्या उघड्या मांडीला पाहावे लागत असताना ते कसे फिरले असतील?... भीमाच्या डोळ्यांचे त्यावेळी काय झाले असेल?... 'माझी झाशी देणार नाही' म्हणणाऱ्या राणी लक्ष्मीचे अखेरचे जखमी डोळे आठवतात? एक डोळा फुटलेला... एका डोळ्यात प्राण... समोर जळणारी झाशी. हातातून पाऽर निघून गेलेली. त्या डोळ्यांनी आपलं काय करून घेतलं असेल? मारलेल्या

प्रियकराला पाहात नाइलाजाने नि निरिच्छतेने पतीच्या जहाजावर चढणारे हेलनचे अप्रतीम डोळे... भावूक, घाबरे... आकाश आणि सागर यांच्या निळ्या पार्श्वभूमीवर जाणवणारे, त्याहूनही सखोल वाटणारे, निळेभोर ...

आकाश भरून आल्यागत डोळे भरून येतात. अंत:करण कुणी पाहिलंय? अंत:करणापेक्षा डोळे फार मोठे सत्य आहेत... एक नूर आदमी नि दसनूर डोळे! डोळे म्हणजे माणूस समजून घेण्याचं महावाक्य. त्या अश्वत्थाचं मूळ-माणूस-पाहून त्याच्या डोळ्यांना नमस्कार करावा आणि म्हणावं 'तत्त्वमसि!' सगळी डोळ्यांची दुनिया. भूतकाळात नाहीसे झालेले कोट्यवधी डोळे रात्री आकाशात लुकलुकतात. काही चकचकतात. काही नुसते सतेज. काही मंगळासारखे मादक, तर काही व्याधासारखे रंगेल शिकारी... काही तपस्वी! काही चंद्राचे... खूप बोलके, खूप भावसंपन्न आणि समृद्ध.

म्हणून डोळे नुसते पाहायचे नसतात, ते प्यायचे असतात... शहाळ्यासारखे हळूहळू प्यायचे आणि पोटात घालून घ्यायचे. डोळे प्याले की डोळे भरून येतात. डोळ्यांनीच डोळे भोगावेत. रात्री जवळ आले की उबदार ओठांनी मऊ मऊ चुंबावेत. पापण्यांवरून बोटांची पिसं फिरवावीत. कोमल डोळे कोमेजले, पापण्या पेंगुळल्या की ताज्या टवटवीत बागेत जावं. थंडगार जागेत पाण्याच्या थेंबांनी डवरलेली मोगऱ्याची थंड पांढरी फुलं खुडावीत. नुकत्याच घातलेल्या ताज्या गादीवर पडावं. डोळे मिटून ती फुलं थोडीशी ओठांना लावून पापण्यांवर ठेवावीत... पडून राहावं. मोगऱ्याचं सुगंधी थंडगार सुख डोळ्यांना भोगायला मिळतं. हा भोग कुणाला न सांगता एकांतात घेतला तर उत्कट नि खोल मिळतो. मदनदाह नाहीसा होतो नि डोळ्यांचं पारणं फिटतं.

◆

बाल अप्सरेचं वस्त्र

रहदारीच्या रस्त्यानं संध्याकाळी खाली मान घालून आपण आपल्या तंद्रीत चाललो की रस्त्याच्या मध्यावरून धावणारी वेगवान चक्रं दिसतात. रंगीत साड्यांचे घोळ उचलत जाणारी नाजूक बायकी, निरनिराळ्या पँटांतील पसरट पुरूषी पावलं दिसतात. ही फक्त डोळ्यांसमोरून सरकत जातात. ती पाहताना डोळ्यांतच स्थिर असतात. त्यांच्यात फक्त तो सरकता प्रवाह उमटत असतो. पण गोऱ्या नाजूक पोटऱ्या उघड्या सोडून, गुडघ्यांच्या किंचित वर मांड्यांचा घुंगट अधून-मधून उघडा करत लहरत जाणारे स्कर्ट दिसले की डोळेच तिकडे सरकायला लागतात. त्यांच्या रंगीत चुणीदार हलत्या लांटांवर तरंगत राहतात.

स्कर्ट नुसते हलत नसतात, ते मादकपणे झुलत असतात. पिसारा पिसारून उभ्या राहिलेल्या मोरापेक्षा, पाऊल मोजीत जाणाऱ्या ऐटदार मोराचा पिसारा जसा नुसता विस्तारत नाही, तर फुलून येतो; हलणारा न वाटता झुलणारा वाटतो तसे ते स्कर्ट. स्कर्टचं देखणेपण उभ्या राहणाऱ्या मुलीत नसतं, चालणाऱ्या मुलीत दिसतं. म्हणून स्कर्ट घालणाऱ्या मुलींनी नेहमी चालत राहावं. त्यावेळी त्या पऱ्यांच्या मोहक पोरींसारख्या वाटतील. मग त्यांच्याकडं कुणी डोळे रोखून बघणार नाही. कारण माशुकतेवर डोळे कधीच रोखले जातात. मोहकतेवर ते प्रसन्न होतात. नेहमी जाणवतं की चालणाऱ्या स्कर्टवर डोळे कधी रोखले जात नाहीत. त्यांच्यावर ते पहाटेच्या पारिजात-फुलासारखे टपटप पडत राहतात. स्कर्टचा ओटा भरावा इतके डोळे एकावेळी त्यावर हळुवार सांडताना दिसतील.

आरंभी जेव्हा मी रस्त्यावर स्कर्ट तरंगताना पाहिले तेव्हा गडबडून गेलो. डोळे तिकडे पहायलाच तयार होईनात. मनाच्या अगदी आतली उत्सुक इच्छा त्यांना तिकडं ढकलू लागली तरी ते जायला तयार होईनात. वयात आलेल्या

मुलींच्या उघड्या पोटऱ्या उघड उघड रस्त्यावर पाहणं ही गोष्ट माझ्या सोवळ्या मनाला नैतिक अपराधागत वाटू लागली. मनाला तशी शिकवण नव्हती... कधी काळी नऊवारीतून चालताना पाठीमागून दिसणाऱ्या किंवा सहावारीत ओचा खोवून नळावर धुणं धुतानाच्या अवस्थेत चुकून उघड्या दिसणाऱ्या पोटऱ्या चुकूनच पाहाण्याची सवय होती. निदान चुकूनच पाहिलं अशी डोळ्यांची समजूत करून द्यावी लागायची आणि घरात किंवा पुढं डोळ्यांना सक्तीनं घालवून द्यावं लागायचं... मग दिवसभर रुखरुख लागली तरी हरकत नाही. त्यामुळं आरंभी स्कर्ट पाहताना नुसत्या डोळ्यांच्या पापण्याच फडफडायच्या नाहीत तर पुढे निघून गेलेले डोळेच जखमी पाखरागत तडफडायचे.

आता तसं होत नाही. डोळे धीट झाले आहेत. प्रसंगी पाठीमागं राहून नि प्रसंगी पुढंही जाऊन पाहण्याची शिकवण दिलेली आहे. पण बेट्यांना असं दिसून येतं की पाठीमागं राहूनच पुढं गेलेल्यांची मजा आपणाला लुटता येते. आणि ते सुरक्षितही असतं. तटस्थ राहता येतं. बरंवाईटही कळतं... ते कळल्यावर मग फार तर पुढं अगर बरोबरीनं जावं.

डोळे धीट झाल्यावर वाटलं हे तरंगधारी वस्त्र छानच आहे. नाना तऱ्हेच्या आकारांचं आहे.या वस्त्राला कमर ते गुडघे एवढीच फूट दीड फुटाची मर्यादा असली तरी स्त्रीमनापेक्षाही त्यांत विविधता आहे. काही स्कर्ट चक्क मधे शिवण नसलेल्या हाफ् पँटसारखे पण जरा घेरा जास्त असलेले, काही चारी बाजूला चार घड्या केलेले आणि चालताना त्या घड्या जरुरीनुसार उमलत जाणारे, पुन्हा घडीवर घडी व्यवस्थित घालणारे, झाकलेल्या छत्रीसारख्या गोलाकार चुण्या असलेले नि बारीक घड्यांच्या जपानी पंख्यासारख्या चुण्या केलेले, भरघोस पुष्पगुच्छाप्रमाणे वरून खाली घेरेदार होत गेलेले नि अंगाबरोबर घट्ट मिठी मारून माशुकपणात बुडालेले, अंगासंगे मिटून बसणारे नि जास्वंदीसारखे उमलून येणारे... अनेक रंगांचे. फुलाफुलांचे, रेषारेषांचे, वर्तुळाचे, त्रिकोणांचे, चौकानांचे... विविध डिझाइन्सचे. शाळेत जाणाऱ्या कुमारिकांपासून तो वयात येणाऱ्या षोडशीपर्यंत सर्व भावविश्वाला व्यापून राहिलेले. क्वचित प्रसंगी नवयुवतींनाही मोह घालणारे, आपणही षोडशीच आहोत असा भास निर्माण करू पाहणाऱ्या कामदांनाही हवेसे वाटणारे.

या स्कर्टला मराठीत नाव नाही. माळवा प्रांतातल्या बालिकेचा हा घागराही नव्हे किंवा मराठमोळ्या मुलीचा पायघोळ परकरही नव्हे. तुराणी किंवा लमाणी स्त्रीचा गडदरंगी झगाही नव्हे. ह्या जुन्या प्रकारात सौंदर्य असलं तरी कमरेखालचं शरीर संपूर्ण झाकण्यातच त्यांची धन्यता आहे. पण स्कर्टला अंगलोटाचं सौंदर्य खुलवण्यातच उदंडता वाटते. स्कर्ट घालून चालणाऱ्या चतुर कुमारिका कशा

हवेतून तरंगत गेल्यागत वाटतात. त्यांच्याबरोबरच तरुणांची मनंही पिसासारखी तरंगत-तरळत जातात. वस्त्रावर पानाफुलांतून, रंगारंगांतून अनेक तरंग उमटलेले... घड्या-उपघड्यांतून तरंगच तरंग जाणवणारे. ते पाहून जिवात अनेक भावतरंग उमटणारे. आदि, मधी नि अंती तरंगच तरंग असलेल्या या वस्त्राला तरंगाशी निगडीत असं मराठी नाव एखाद्या तरुण कवीनं अजून कसं दिलं नाही?...

लहान असूनही या स्कर्टनं मुग्ध मुलींना रमणीयता आणलेली आहे. व्यवहारी आई-वडिलांच्या दृष्टीने साडीच्या मानानं स्कर्टमुळे किती तरी काटकसर झाली आहे. शरीर सौंदर्याला त्यानं उठाव तर दिलाच; पण शरीराला आरोग्यही लाभलं... आतापर्यंत स्त्री शरीर असूर्यपश्य करून करून दसऱ्याच्या कुंभागत पिवळंफटक् पडायचं. त्या पिवळ्या फटक्पणातच आपणही सौंदर्य शोधत होतो. खरं म्हणजे मानत होतो. पिवळेपणानं दुबळ्या झालेल्या युवतीला नाजूक मानण्याची वहिवाट पडली होती. केतकीसारख्या उन्मादक सुगंध-रंगाचा उगीउगी आरोप करून आपण तिची समजूत काढत होतो. पण आता हे शरीर स्कर्टनं चांगलं उघडं पडतं नि हवेशीर होतं. त्याचा उगीउगीचा रोगट रंग जाऊन असेल तो नैसर्गिक वर्ण लाभतो. घरा-दाराच्या सावलीत सारा वेळ घालवणाऱ्या कुमारिकेला हे बरं झालं. स्कर्टनं ती अधिक धीट, अधिक निःसंकोची, अधिक मनमुक्त नि निरोगी झाली.

सुंदर दिसायचं असेल तर स्त्री-अंग उघडं टाकण्यातही काही मर्यादा पाहिजे. ती मर्यादा स्कर्ट बरोबर सांगतो. स्लीव्हलेस ब्लाऊजला ती मर्यादा कळत नाही. तो तनूचं सौंदर्य दाखविण्यापेक्षा घरबसल्या स्त्रीच्या दंडातील पिळपिळीतपणा आणि अधिक सुखवस्तू स्त्री असेल तर चरबीयुक्त, थुलथुलीत ढिलेपणा दाखवून काखेतल्या केसांसह स्त्रीला उघडा पाडतो. चरबीनं वाहणारं शरीर म्हणजे त्याचं सौंदर्य नव्हे. अर्घ्या दंडावर येणाऱ्या ब्लाऊझला किंवा घरंदाज खणाच्या चोळीला अंगसौंदर्याची सीमारेषा बरोबर कळते. त्यामुळं दंडांना आपोआप छानदार गोलाकार घाट येतो. पण चोळीला कुणी आस्थेनं विचारत नाही.

स्लीव्हलेससारखे काही स्कर्टही उद्धट आहेत. त्यांची परिस्थती नेहमी तंग असते. कमरेखालच्या शरीर-मांड्या ते आपल्यात कापूस चापून कोंबल्यागत भरून घेतात. पाय लांब टाकू देत नाहीत. मुक्तपणानं वावरू देत नाहीत. अशा अवस्थेत कुठंतरी ठेच लागण्याची, पाय घसरण्याची किंवा फसण्याचीच शक्यता फार. मन-मोकळेपणाला तिथं बंदी असते. कमरेला कैद केलेल्या अवस्थेत सगळं चालणं करावं लागतं. त्याच अवस्थेत उठावं लागतं, बसावं लागतं. हा स्कर्टही पुरेसा असेल तर बरं, नाही तर कोणत्या जागी कुठं, कसा दगा देईल हे सांगता येत नाही.

कित्येक वेळेला स्कर्ट धारण करणारं शरीरही उद्धट असतं. ते स्कर्टला आपल्याशी बिलकूल समरस होऊ देत नाही. त्याच्याशी फटकून वागतं. काही पाय मोठे दुर्दैवी असतात. त्यांना घाट नसतो. ते आपले फांद्या फुटल्यासारखे अंगाला कसेही फुटलेले असतात. दोन गुडघ्यांच्यामधे जेव्हा अंतर खूप राहतं नि पायांना जेव्हा धनुष्याचा आकार प्राप्त झालेला असतो तेव्हा स्कर्ट पुरता विद्रूप दिसतो. तो अंतराअंतरानं लाकडी पट्ट्या मारलेल्या जिन्याच्या कठड्यावर उन्हात घातल्यासारखा वाटतो. याला जसा कुणाचाच इलाज नाही, तसा पोटऱ्यांवर पुरुषी केस धारण करण्याऱ्या पायांनाही स्कर्टचा इलाज नाही. वरून खाली येणाऱ्या गुडघ्याजवळच्या मांड्यांना नि खालून वर जाणाऱ्या तिथल्या पोटऱ्यांनाही जेव्हा डौल नसतो तेव्हा पाय सळनळ केळीच्या खांबासारखे आकारहीन दिसतात. अशा वेळी स्कर्ट केविलवाणा दिसतो. कित्येक वेळेला पाय इतके लुकडे असतात की दोन उंच काठ्यांवरून हा स्कर्ट चालतो आहे, असं वाटतं.

एक दिवस असाच एक स्कर्ट लक्ष्मी रोडवरून उड्या मारत जाताना दिसला. त्यात स्कर्टचा दोष नव्हता. चालणारी षोडशाच गुडघ्यांत वाकत नि पुढं झुकांडत चालत होती. तिची कमरही किंचित वाकून पुन्हा सरळ होत होती. ह्या चालण्याला नाइलाजानं स्कर्टही तशीच साथ देत होता. त्याच लयीत एकरूप होऊन जाण्याच्या प्रयत्नामुळं त्याला अशा उड्या माराव्या लागत होत्या.

घराजवळची कॉलेजला जाणारी राधा अशीच. तिला स्कर्टची आवड विशेष, पण शरीरच दिङ्धा असल्यामुळं तिला काही केल्या स्कर्ट शोभून दिसत नाही. उंची कमी, अंग नावाला कधीही शोभणार नाही इतकं सुटलेलं. वास्तविक पाठीमागून पाहिलं तर ही 'राधा'-बाई दिसते. आणि तो प्रचंड स्कर्ट साधाच असल्यामुळं दिवाणखान्याच्या खिडकीला मागेपुढे लावलेल्या पडद्यासारखा दिसतो. तिचे पाय नि पायाच्या पिंढऱ्या इतक्या मोठ्या आहेत की त्यांना स्कर्टपेक्षा लुंगीच शोभून दिसेल... तशाच असलेल्या तिच्या आईनं तिला किती वेळा सांगितलं पण ती कॉलेजच्या पहिल्याच वर्षाला असल्यामुळं ऐकू शकत नाही. त्याला बिचारा स्कर्ट तरी काय करणार? तो काहीही न बोलता अपमान सहन करून बैलाला घातलेल्या झुलीगत तिच्याबरोबर तसाच झुलत जाण्याचा प्रयत्न करतो.

काही पाय डोळ्यांत घुसणारे व्रण आणि काळे पांढरे डाग धारण करून शरीर पेलत उभे असतात. अशा वेळी नसलेलं सौंदर्य अधिक खुलण्यापेक्षा शरीराचं असलेलं दारिद्र्यच व्यक्त होतं. कधी कधी अवाढव्यपण उघडं पडतं. मुखावर रेखीव दिसणारी कुमारी स्कर्टवर, पोटऱ्यांवर नजर सांडताच केविलवाणी

दिसायला लागते. देशपांड्यांच्या मंगलच्या पायांवर असेच खांडकांचे डाग आहेत. गोऱ्या पायांवर ते जास्तच काळेपणाने उठून दिसतात. रोज दारावरून हायस्कूलला जाणारी वकिलांची चित्रा चेहऱ्यानं किती रेखीव आणि सुंदर आहे. पण लहानपणी कशानं तरी तिचे पाय पोटऱ्यापर्यंत भाजले आहेत. त्यांच्यावर कोडासारखे पांढरे डाग अजून दिसतात. तिनं स्कर्ट इच्छा असतानाही घालू नये. स्कर्टला अगदी जवळ असलेला परकर धारण करावा नि जुनी खानदानी फॅशन प्रचारात आणावी.

स्कर्ट घालायला शिकण्याच्या अगोदर जरा चालायला शिकावं लागतं. आहे ती चाल ठेवून चालत नाही. पाय फेंगडे पडत असतील तर स्कर्ट मग संकोचून शिळ्या फुलासारखा मलूल होतो. चाल झपाझप लांब पावलांची असेल तर नाजूक, देखण्या स्कर्टला तंगवत नेल्यासारखं वाटतं. आणि ती अगदीच धटिंगण असेल तर स्कर्टच मोहरममधील नालसाहेब होऊन उधळत राहतो... स्कर्ट घालायच्या वयात जरा जपूनच चाललं तर शोभून दिसतं. स्कर्ट त्यामुळं खूश होतो. पाय संयमानं उचलत असतील तर रेखीवपणे लाटाळत राहतो. कमरेत किंचित लवतलचकत, तुरूतरू जाताना तर स्कर्टचा पंखा हळुवार उमलत राहतो. अशा कुमारीनं खुशाल चुणीदार घड्यांचा स्कर्ट परिधान करावा. ती स्वप्नील फुलपाखराला मुलीचं कुंवारपण आल्यासारखी दिसेल.

खट्याळ वाऱ्यापासून सावध राहावं. आत चुणीदार पेटीकोट घालावा. सायकलीवर बसताना हा स्कर्ट सुरक्षित नि सुंदर वाटतो. क्वचितप्रसंगी गुडघ्यांच्याही वर सरकतो; पण तितकाच. कोवळ्या केतकी अंगकांतीचं सौंदर्य अशा सरकण्यानं अधिक मादक नि मोहक दिसतं. जिना उतरताना जिन्याच्या वळणावर कठड्याला धरून या स्कर्टमध्ये मारलेली अर्धी गिरकी त्यानं पाहिली असेल त्याला स्त्री-पुरुष भेद विसरून क्षणभर तरी स्कर्ट धारण करावा असं वाटेल. जिना उतरताना हा स्कर्ट भुरभुरत जातो. पण जिना उतरताना आकर्षक दिसला तरी जिन्यात मात्र उभं राहू नये... कारण जिन्या खालचे सगळेच डोळे खाली वळून जात नसतात.

स्कर्ट घालणाऱ्या कन्येची बसता-उठतानाची तारांबळ क्षणभर पाहण्यात मजा वाटते. उठतानाच्या तारांबळीपेक्षा बसतानाची तारांबळ जास्त हुरहूर लावून जाते. स्कर्ट नव्यानं आला तेव्हा तारांबळ जास्त जाणवे. बसण्यात वेंधळेपणा दिसे. पण आता स्कर्टनं आपली अशी एक खास बैठक शिकवून दिली आहे... हळूच गुडघ्यात वाकून सरळ बसताना उजव्या हातात स्कर्टचं टोक धरून डावा हात प्रथम जमिनीवर टेकून नि पालथी पायघडी घालून डाव्या हातावर भार दिलेली बैठक मोठी नाजूक आणि हळुवार वाटते... स्कर्ट घालून कधीही

कमरेत वाकायचं नसतं. गुडघ्यातच वाकावं. म्हणून तर स्कर्ट घालून लोटू नये. स्कर्ट घालून उंच उड्याही मारू नयेत.

स्कर्ट घालताना कमरेचा नीट तपास करावा. बेंबीची खूण लक्षात ठेवावी. कमर नि पोट एकसारखंच आहे म्हणून अगदी बरगड्यांवर आणून बांधू नये. किंवा गुडघ्याखाली येतो म्हणून गुडघ्यांवर आणण्यासाठी वर ओढू नये. असा स्कर्ट मद्रासी माणसानं शर्टाच्या वर आडव्या लावलेल्या सैल लुंगीसारखा दिसतो. त्यापेक्षा स्कर्ट न घालणं बरं. कारण स्कर्ट हा ऊन-थंडीपासनं शरीराचं संरक्षण करणारा नि कमरेला बांधायचा कपडा नसून, अंगलोटाचं सौंदर्य खुलविणारं वस्त्र आहे, हे लक्षात ठेवावं. अंगलोटाला सौंदर्यच नसेल तर अंगलोट उघडा सोडा कशाला? तो पातळ-परकरात झाकून जाईल नि सुरक्षित राहील. नव्यानं लग्न झालेल्या प्रत्येक युवतीला वाटत असतं की आता सगळेच अलंकार घालून सुंदर दिसायला हरकत नाही. पण हे जसं शहाणपणाचं नव्हे, तसंच प्रत्येक मुलगी म्हटल्यावर तिला स्कर्ट चांगला दिसायला हरकत नाही, हेही शहाणपणाचं नव्हे. चोळी-परकरातलं सौंदर्यही वेड लावणारं असतं हे ध्यानात घ्यावं.

स्कर्ट कुणाला सुंदर दिसतो हे पाहायचं असेल तर जरा खोखो, बास्केट बॉल, टेनिस खेळणाऱ्या मुलींच्या ग्राऊंडवर प्रेक्षक म्हणून परवानगी असेल तर तास न् तास बसून राहावं. हे शक्य नसेल तर थोडी चक्कर तरी आवश्य मारून यावी... खेळणाऱ्या मुलींचा बांधा अटकर झालेला दिसेल. छातीवरचे कळे व्यवस्थित हळुवार वर आलेले दिसतील. पोट सप्पा होऊन कमरेत पार लपून गेलेलं दिसेल. तिची कमर कुठं आहे ती बरोबर ओळखू येईल. कारण अंगाचा घाट तिथं सगळ्यात जास्त निमुळता झालेला दिसतो. कुबड जाऊन पाठला पन्हळ यावी अशी पाठ सरळ ताठ झालेली जाणवेल. तिचे पाय गुडघ्यात न वाकता सरळ तरतरीतपणे पडतील... पोटऱ्या घोट्यांतून वर जाताना अर्ध्याअधिक सरळ तिरक्या जाऊन पुढं त्यांना कबुतराचा आटोपशीर गुबारपणा प्राप्त झालेला दिसेल. पुन्हा त्या गुडघ्याजवळ आवरत्या घेतलेल्या दिसतील. मांड्यांचंही तसंच झालेलं असतं. त्या कुंभारानं थापटल्याप्रमाणं चपट्या न होता किंचित उभट लंबवर्तुळात उतरलेल्या असतात. गुडघा त्यांना अत्यंत नम्र अटकाव करतो... अशा शरीरानं स्कर्ट घालावा. मग स्कर्टही त्या चतुर चालीत वेलीवरच्या डेलियासारखा डुलत राहतो. धुंद होऊन पंख्यासारखा पसरत जातो. बाल अप्सरेसारखा सुकुमार शरीराला मोहक उठाव देत विहरत जातो.

◆

आकाशवेल

मन उदास होतं तेव्हा मी त्या अशरीर सुरांना शोधू लागतो. आंधळ्यासारखी माझी बोटं त्यांना चाचपू लागतात. रेडिओच्या सूचनारेषांच्या आधारे वेधू लागतात.

अशा वेळी भोवतीचा पसारा नको असतो. हा पसारा सतत भोवतीनंच पसरलेला असतो. तो कधी टळत नाही. या पसाऱ्याची जमावाजमव करण्यात, वाढवण्यात, तो वाढल्यावर स्वतःला धन्य समजण्यात एरवी मी रमून गेलो असतो. बायको-मुलं, संसार, मित्र, नोकरी, समाज यांच्या समुद्रात पोहत असताना कधी आनंद होतो, कधी नाकातोंडात पाणी जातं नि ठसका लागतो. तरीही हा पासारा रुचकर वाटतो.

पण एखादी वेळ अशी येते की या पसाऱ्यात चांगलाच फटकारा बसलेला असतो. आणि मणिबंधापर्यंत कळ गेलेली असते. सगळा पसारा उथळ, हावरा, स्वार्थी, मतलबी, बहिर्मुख वाटतो. मनापासून आपल्याला आपलं मानणारं कोणी नाही, याचा प्रत्यय येतो. मन नकळत उदास, अंतर्मुख होतं. नकळतच मग मी खोलीत प्रवेश करतो... माझ्या घरातली ही खोली म्हणजे एक काळोखी गुहा आहे.

घराची रचना मोठी मजेशीर आहे. ते जुन्या वळणाचं. एकात एक अशा त्याच्या खोल्या. मधली खोली जास्त अंधारी. मधलीच्या पलीकडची खोली एकदम पाठीमागं. त्या खोलीतून बाहेर जाता येत नाही. दोन खोल्या ओलांडून बाहेर यावं लागतं. आणि तसंच आतही जावं लागतं. आत जाऊन तिचं दार लावून घेतलं की साऱ्या जगापासून ती तुटते. खोलीत गेलेला मीही या जगाच्या पसाऱ्यापासून मनानं तुटतो. चौकोनी बंदिस्त गुहा तयार होते. आतील हिरवा रंग पुरातन शेवाळासारखा वाटतो. मी आदिमानवासारखा होऊ लागतो.

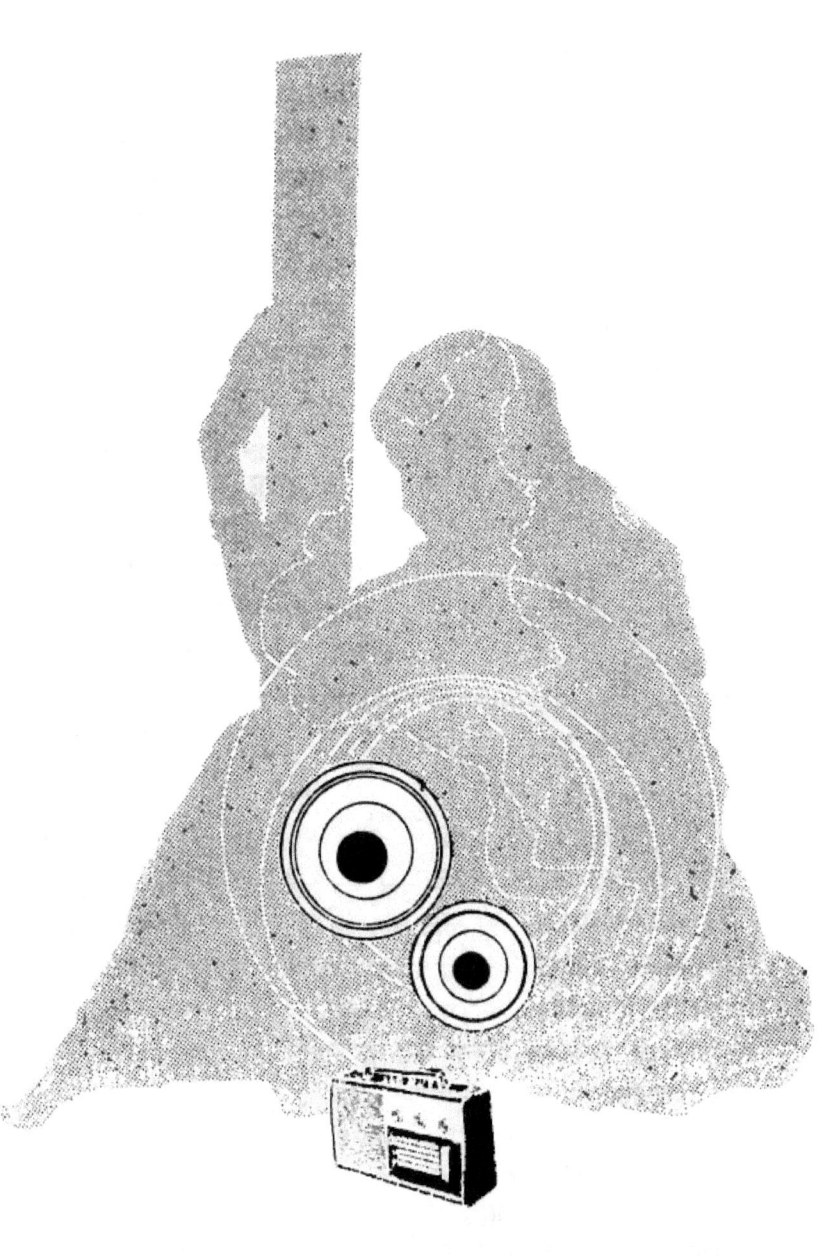

संसार, समाज, माणसं इत्यादी नको असलेला. ऊबदार अंथरुणात शिरतो. पांघरुण घेऊन निवांत पडतो. आणि उदबत्तीसारख्या त्या कुरळ्या सुरांच्या तरंगणाऱ्या आकृत्यांत स्वतःला हातपाय न हलवता निवांत पोहत ठेवतो.

अशा वेळीच हे सूर माझे असतात. एरवी जगाच्या पसाऱ्यात मी हिंडत असताही ते माझ्या कानावर दूरातून येत असतात. नाही असं नाही. कुणाच्या तरी घरातून, कुठं दुकानातून, कुठं कुणाच्या हातातील ट्रॅन्झिस्टरमधून ते उगवत असतात. अंतराळात पसरत असतात. पण तेव्हा माझं त्यांच्याकडं लक्ष नसतं, पसाऱ्याकडं असतं. त्यात मी गुंतून गेलेला असतो. पण एखादा क्षण असा येतो, की ते सूर मला शोधत हिंडत आहेत. हाक घालत आहेत, 'आजा रेऽऽ मेरे परदेशी' म्हणत आहेत असं वाटतं. त्यावेळी या पसाऱ्यातही स्टॉपवॉचसारखा क्षणभर मी थबकतो आणि शोधत हिंडणाऱ्या या सुरांना कानांतून मनावर उतरू देतो. त्या हाकेतील आर्ततेला संवेदनांनी गोंजारतो. क्षणभर वितळून जातो. आणि भानावर येऊन पुन्हा पसाऱ्यात परदेशी होऊन जातो.

खोलीत असं होत नाही. माझ्या खोलीत अशा जगाचा पसाराच परदेशी झालेला असतो. तिथं सूर फक्त माझे असतात. निरनिराळ्या गीतांतून ते मला भेटायला येतात. मी त्यांच्यासाठी उत्सुक असतो. त्यांनी शब्दांच्या आधारानं निर्माण केलेल्या भावस्थितीची मला ओढ असते. त्या भावस्थितीचं अनावर उन्मनी पाहणं मी अंगावर घेत असतो. मनाला भिडू देत असतो. हळूहळू त्यातूनच मनःक्रीडा सुरू होते. मग सुरांबरोबर क्रीडाविहार करत राहणं, त्यांना भोगत राहणं, मोहरत जाणं, एवढंच उरलेलं असतं.

-तू गुपित कुणाला सांगू नको आपुले
नवनवलाचे स्वप्न काल पाहिले-

हे स्वप्न पाहणारी गौरवर्ण अवखळ युवती माझ्या कलाबंधात सुरांच्या भोवती साकारू लागते. तिच्या स्वप्नातील मी सावळा हरी होतो. मिस्किल खट्याळपणा त्या सुरांगनेबरोबर मनोगत करू लागतो... मनाला गुदगुल्या होऊ लागतात. फुलून येऊन ही रतिक्रीडा सुरू होते.

-जा मुली जा दिल्या घरी तू सुखी रहा,
कडकडुनी तू मिठी मारता बाळे,
बालपण आले आले घुमवित घुंगुर वाळे
आठवले सारे सारे गहिवरले डोळे
कढ मायेचे तुला सांगती जा-

गीत उमलत राहते आणि मी व्याकुळत जातो. माऊलीचा करुण पण कर्तव्यदक्ष सूर दाट दाट होत वाहत राहतो. 'जा मुली जा-' मधील गंभीर

संयम 'कडकडुनी मिठी मारताना', 'बालपण आलेऽ आलेऽऽ' आळवताना, 'आठवले सारेऽ सारेऽऽ' म्हणताना वाटते,की या माऊलीचा आरंभीचा 'जा मुली जा' मधील संयम पुढील शब्दांच्या भावनिक द्विरुक्तीत सुटतो की काय? पण नाही. एवढे अनावर होऊनही ती उतरत्या गंभीर सुरात 'रूप दर्पणी मला ठेवुनी जा' म्हणून सांगते. या सुरांच्या भोवतीनं एक कर्तव्यदक्ष माऊली कधीच साकार झालेली असते. आणि मी दारात गाडी घेऊन खोळंबून उभा राहिलेला धाकला दीर झालेला असतो. दारातून मला हे सगळं दिसत असतं. बैलांचा कासरा मला दिसत असतो. हे मूर्तिमंत वात्सल्ययुक्त कारुण्य भरल्या डोळ्यांनी बघून अंतःकरण जड होतं. डोळे पाणावून येतात. भावनेशी किती एकजीव होऊन सूर बाहेर येत असतात!

या धाकल्या दिराचं रूप आणखी एका गीताच्या वेळी हे सूर मला देतात. संथ पण झोकदार लयीत, वादळाच्या पार्श्वसंगीतावर एक मुग्ध कोळीण भावजय आकाराला येऊ लागते.

-राजा सारंगा माज्या सारंगा
डोलकराऽरं धाकल्या दीराऽरं
चल जाऽवया घरा!-

या शब्दांनी ती विनवत असते. शीड फाटलेल्या, सुकाणू तुटलेल्या, काठी मोडलेल्या एका जीर्ण तारवाचा मी धनी असतो नि ही माझी वहिनी मला आपल्या काळजीच्या सुरात 'चल जावंया घरां' म्हणून सांगते. या वहिनीच्या सुरांतून, कुठेही दीरावरचं प्रेम स्पष्टपणे व्यक्त झालेलं नसलं तरी 'राजा सारंगा, माज्या सारंगा' तून ते सुप्तपणे व्यक्त होतं. दीर-भावजयीतलं हे मुग्ध, अबोल नि नाट्यमय प्रेम त्या प्रेमळ सुरांतून स्पर्शत राहतं. त्यासाठी दीर होऊन ते सूर अनुभवावे लागतात. संथ लयीत मनाचं तारू घेऊन दर्यावर जावं लागतं

-'आयबापाची लाराची लेक मी लारी
चोली पीवली गो नसेलंय अंजिरी सारी
माज्या केसान् गो मालीला फुलैला चापा
वास परमलता वाऱ्यानं घेतंय झेपा
नथ नाकात साजीरवानी
गला भरून सोन्याचं मणी
कोलिवाऱ्याची मी गो रानी
रात पुनवेला नाचून करतंय मौजा -'

असं सांगणारी आणखी एक अवखळ कोळीकन्या मनासमोर येते. तिच्या उन्मादक चाफ्याचा आणि अंगाचाही उग्र गंध नाकाला झोंबू लागतो. तिची

अंजिरी साडी, पिवळी चोळी, गळाभर असलेले सोन्याचे टपोरे मणी आणि नाकातील मासळीच्या आकाराची साजीरवाणी नथ दिसू लागते. अशावेळी जिवाचा पारा तिच्याकडं अनावर होऊन झेपावू लागतोट हे सगळं सामर्थ्य त्या अवखळ, दैवी सुरांचंच असतं. त्या सुरातूनच ही कोळीकन्या प्रत्येक रातपुनवेला येऊन हृदयात दंगा करून जाते.

एक एक दिवस कोवळ्या सकाळी हे सूर दारात प्रौढपणे येतात. एक खेडं जागं करत राहतात. एक घर. घरासमोरची वाट. दंवात भिजलेली उन्हं सोन्याची होऊन उंबऱ्याला स्पर्श करीत असलेली. अशा वेळी हे सूर सात्विकपणानं आळवताातट

'-माय भवानी पावनी आली
पावनेर ग मायेला करू
ओटी आईची मोत्यानं भरू'

एक सुखी संसारी बाई उभी राहते. मी तिचं लहानसं लेकरू होऊन तिच्याजवळ देव्हाऱ्यापाशी कौतुकानं तिची पूजा बघत, मायभवानीचं पिवळं तरतरीत उजळ मुख पाहत उभा राहिलेला असतो. अशी हाडामासांची किती रूपं या अमूर्त सुरांनी घ्यायची? उमलणारे सूर भाववृत्तीशी इतके एकजीव झालेले असतात की आपोआपच त्यातूनच मूर्ती आकाराला येतात. प्रसंग डोळ्यांसमोर दिसतात. त्या प्रसंगाशी, भावनांशी त्यातील व्यक्तिरेखांशी आपण इतके एकरूप होऊन जातो की सारा प्रसंग, ती व्यक्तिरेखा आपण उत्कटपणे अनुभवू लागतो.

कधी हे सूर
'ओ मेरे वतन के लोगो'

म्हणून, आर्त गंभीर अशा नितांत एकांतातून पुकारा करताना मी अस्वस्थ होऊन जातो. धारातीर्थी पडलेले अनेक धर्म-पंथांचे भारतीय बांधव मी उत्तर-सीमेवर उभा राहून व्याकुळ डोळ्यांनी पाहू लागतो. त्या पांढऱ्या थिजलेल्या गार स्मशानातील ती वीरांची निश्चल प्रेतं माझ्या डोळ्यांसमोरून दिवसदिवसभर हलत नाहीत. ते सूर मग जिव्हारात गोळ्यासारखे रुतून बसतात नि मी घायाळ होऊन जातो. ... सगळा दिवसच्या दिवस दीर्घपणे बासष्ट सालच्या उत्तर-सीमेवरच जातो.

कधी पहाटे कावळे करकरण्याच्या वेळी
शकुन गे माये होत आहे,
पैलतीरी काऊ कोकताहे

असे सूर उमलू लागतात, नि झोपेतून निवळत वर आलेल्या माझ्या मनाचा हात धरून मला अध्यात्माच्या अफाट, निगूढ प्रदेशात नेऊ लागतात.

परत येता येऊ नये इतक्या लांब असलेल्या पैलतीराला घेऊन जातात... या सुरांच्या खांद्यावर मान टाकून निर्धास्त झोपावं असा त्यांचा दिलासा! भावस्थितीशी पराकोटीची एकरूपता!

...'पाकिझा' च्या वेळी गीत ऐकताना विद्ध होऊन गेलो. तुझ्या सुरावटींमुळे त्या नायिकेचा आत्मा अधिक समजला... असं कितीजणींना तुझ्या स्वरांचे प्राण देऊन जिवंत केलं आहेस? त्यांचा अभिनय, त्यांचा भाव उत्कट केला आहेस! काजव्याइतकंही कधी कधी तेज नसलेल्या या नकली चित्रतारकांना तू अशीच स्वरांचे उत्कट प्राण देत हिंडतेस. एखाद्या शापित आदिशक्तीसारखी पृथ्वीवरच्या अचेतनाला स्वर्गीय चैतन्य देतेस.

...तुला ठाऊक आहे का की गीत हे मानवी मनाचं आदिस्पंदन आहे? नीतिनियमांच्या रूढी रिवाजांच्या शेकडो चौकटी उभ्या केलेल्या या व्यवहारात आदिमन सामावू शकत नाही, संस्कृतीच्या मुखवट्याखाली ते नीट श्वास घेऊ शकत नाही, रीतीभातींच्या सोनेरी पिंजऱ्यात ते फार काळ राहू शकत नाही. जेव्हा त्याला संकेतांच्या चौकटीबाहेर झेपावयाचं असतं, मोकळ्या मौलिक हवेचा श्वास घ्यायचा असतो तेव्हा त्याला गीत सुचतं. हे सुचलेलं गीत वास्तवातील गद्यस्वरांना पेलवत नाही... अशा वेळी या मनाला चैतन्य द्यायला, त्याला नवा जन्म द्यायला, त्याच्या वरची पुटं काढून त्याला आतील तेजःपुंज झळाळी आणायला तुझे स्वर येतात, नि आपल्या सोनेरी पंखावर घेऊन स्वर्गीय विहार करू लागतात.

एकदा वेरूळची लेणी मनमुराद एकट्यानेच पाहून असाच झपाटून गेलो. तिथं दगड किती नाजूक, मुलायम आणि दैवी झालेले आहेत याचा प्रत्यय आला. स्वर्गीय स्त्रियांचे चेहरे एक सारखे दिसत असले तरी किती नाना प्रकारच्या शरीरावस्था, भावावस्था, त्या देखण्या चेहऱ्यांतून अभिव्यक्त केल्या आहेत हेही जाणवले... जणू एकाच कवीच्या शैलीतील स्त्री-विषयक अनेक भाववृत्ती व्यक्त करणाऱ्या नि मन झपाटून टाकणाऱ्या त्या स्वर्गीय कविताच आहेत असं वाटलं. त्या झपाटलेल्या अवस्थेतच मी रात्री अंथरुणावर पडलो. थकलो होतो.

याच वेळी
जादूगर सैंया, छोडो मोरी बहियाँ
हो गयी आधी रात, अब घर जाने दो
हें गीत माझ्या ओळखीच्या सुरांतून उमलत होतं. त्या थकल्या तंद्रीतच कधी झोप लागली कळलं नाही...

स्वप्नात स्वरांची शिल्पे उभी राहिली. अनेक लयबंधांची, अनेक भावस्थितींची

अनेक गीतं एकाच वेळी सभोवार उमलत आहेत पण या गीतांना गाभाभूत असा तो एकच स्वर्गीय आवाज आहे. आणि त्यांच्याच या मूर्ती होत आहेत... सूर एकच, पण लयबंध वेगळे, भावावस्था वेगळ्या. एकाच आदि सुरानं नटलेली ती अनेक रूपांची मायावी गीत-सृष्टी. सर्वत्र तीच रूपं. अलंकार, वस्त्रं, शरीरं, आसनं, ज्योती, फुलं एकाच मूळ सूरद्रव्याची, शिलाद्रव्याची.

जागा झालो तेव्हा सारं शांत होतं. स्वप्नातील सुरांचे नाद प्रतिनाद सर्वत्र सूक्ष्म रूपानं उमटताहेत असं वाटलं. एक गोष्ट अचानक लक्षात आली की विश्वात या सुरांच्या जेवढ्या आकाशलहरी उठल्या असतील तेवढ्या कोणत्याही भौतिक सुरांच्या उठल्या नसतील. आकाशाची, हवेची, ध्वनीची साक्ष काढली तरी ते हेच सांगतील. साध्या रेडिओला विचारलं तरीही तो हेच सांगेल. म्हणजे केवळ माझ्या मनावरच या सुरांचं राज्य नाही. तर विश्वलहरी पर्यंत परमेश्वराच्या खालोखाल ते पसरलं आहे.

विजेने भारलेले हे सूर आकाशजीवी आहेत. आकाशातच ते जगतात. विजेच्या गतीनं जगावर पसरतात. एखाद्या वेलीसारखे आकाशावर पोसतात. या वेलीची मी मनोमन कल्पना करतो. ही वेल कशी असेल? तिची पानं-फुलं कशी असतील?

...लयबंधांच्या अनेक आकारांची नक्षीदार पानं, अनेक भावस्थितींची अनेक रंगी फुलं. पवित्र वाटणारा शुभ्र फुललेला मोगरा, उग्र अध्यात्माचा तपस्वी चाफा,पहिल्या रातीची धुंद रातराणी, मुग्ध प्रेमाचा ऐटदार गुलाब, या एकाच लतेवर उमललेले दिसतात. वास्तवात खरी न वाटणारी, अंतराळाच्या गूढ निळ्या पाण्यावर विलक्षणतेने वाढत असलेली आकाशवेल ही!

ही वेल मला व्याकुळ करते. कधी शृगांरून उन्मन बनवते. एकांतात हिनं माझं अंतःकरण जितकं जाणलं आहे तितकं कुणीही जाणलं नाही. या वेलीशी माझी ओळख घनदाट आहे. माझ्या हृदयाचा कोपरा नि कोपरा हिला ठाऊक आहे. कुठेही असली तरी ती मला ओळखते नि मी तिला ओळखतो... दोन आत्म्यांची ओळख.

या सुरांची मला आयुष्यभर संगत आहे. मी जिकडे जाईन तिकडे ते असतात. परमेश्वरासारखे. मनाला दिलासा देतात. फुलवतात. गोंजारतात. उदात्त करतात. व्याकुळ करतात. आपल्याप्रमाणेच मला नटवून टाकतात. मी तसा नटतो. त्यांना त्यांच्या कलानं गोंजारतो. कुरवाळतो. त्यांच्या कुशीत फुलून येतो. दुःखावेगाच्या कधी त्यांच्या कुशीत गाढ झोपी जातो.

मनाच्या अनेक अवस्थांत असं झालं आहे. अपमान, निराशा, प्रणय, शृंगार, सात्त्विकता, कौटुंबिकता, एकांतता या माझ्या मनाच्या भावावस्थांच्या

वेळी मी त्यांना आठवतो. त्यांची प्रत्येक आठवण अंतःकरणात असते. ती आठवण जागवत बसतो. मनात त्यांना घुमवत ठेवतो. तेही बापडे अशा वेळी मनाच्या बाहेर येत नाहीत. मला ते आणता येत नाहीत. आणता आले असते तर ते सूर सामान्य झाले असते. पण ते तसे नाहीत. दैवी, अशरीरी, तरी जिवंत आहेत. अवकाशात जगतात नि अवकाशातच विरून जातात.

मला माहिती आहे की कुठल्या तरी शहरात एक सावळासा गळा आहे. त्या गळ्याच्या खाली दोन फुप्फुसं आहेत. त्या फुप्फुसांत नेहमीची हवा भरली जाते नि तिला बाहेर येताना त्या कंठपरिसाचा स्पर्श होतो नि ते सोनेरी सूर उदबत्तीच्या नागमोडी रेषांसारखे विकासू लागतात.

ह्या गळ्याला, फुप्फुसांना निमित्तमात्र असलेलं एक स्त्रीशरीर हाडामासाचं. ते कोणत्या क्षणी कुठं असतं मला माहीत नाही. पण त्यानं दिलेला सूर मात्र सदैव माझ्या बरोबर असतो. त्याच्यावर प्रेम करीत मी हिंडत असतो.

हा दैवी सूर गीतांतून आकारतो त्यावेळी मन त्याला भोगतं. पण कधी मनाला मिळणारा हा उत्कट भोगही पुरेसा वाटत नाही. इतका मी त्या सुरांनी झपाटून जातो. मग शरीरालाही तो भोग हवासा वाटतो. प्रत्यक्ष हातात ते सूर यावेत, त्यांना हातांनी गोंजारावं. कुरवाळावं. शरीरावर घ्यावं, खारीसारखं अंगावर घेऊन त्यांच्याशी सौंदर्यक्रीडा करावी, असं वाटतं नि मी वाहवत जातो.

या वाहत्या गाफील क्षणी वाटतं स्वतःनं निर्माण केलेल्या या पसारेदार आयुष्यातून उठावं आणि त्या सुरांचा आश्रय घेणाऱ्या शरीराला शोधत जावं. त्याच्या गळ्यात गळा घालावा, त्याचा दैवी अनुभव घ्यावा, त्याचा साक्षात सूर असा समोरासमोर कानांत घ्यावा. त्याला आपलं सर्वस्व अर्पण करून अत्तरासारखं संपून जावं. सुरांच्या आदिज्वालेत एकदाचं जळून, उजळून जावं. या विचारांनी मी अनेक वेळा व्याकुळ होऊन जातो.

... रेडिओवर एक जुनं आवडीचं गीत लागलेलं असतं.

'ये जिंदगी ऽ उसी की है

जो किसी ऽ का हो ऽ गया

प्यारही ऽ में खो गया ऽ...'

त्या सुरांच्या प्रेमात स्वतःला हरवून बसतो.

...खरं तर स्वरांच्या प्रेमात तूही स्वतःला हरवून बसली आहेस. पण तुझं हरवणं निर्मितीचं. या निर्मितीत हरवता हरवता तूच स्वर झालीस... तुझ्या घराण्याच्या सुपीक मातीवर स्वरांचा धो धो पाऊस. त्या मातीत स्वर पिता पिता उगवलेली तू लता. त्या लतेवरची पानं फुलं स्वरांचीच. स्वरांचेच रक्त, स्वरांचेच श्वास... सगळं स्वरमय.

स्वर स्वर पावसात
ओले झाले बोल.
स्वर-मातीवर आली
उगवून वेल.
स्वर तन, स्वर मन
स्वर रक्त झाले.
श्वासांनीही बाहेरून
जीवस्वर प्याले.
स्वरलतेवर झाली
स्वर पाने-फुले
स्वरगंध कोंदताना
आसमंत झुले.
दिगंताच्या अंगालाही
भिडे स्वर-माती.
आकाशाच्या निळ्यावर
स्वर-मूर्ती-मूर्ती!!

तुला ठाऊक आहे?... तुला आस्वादता आस्वादता आता माझा गळा तुझ्या गळ्यात गेला आहे. मी तूमय होऊन राहिलो आहे... मनातल्या पावसात आता तुझ्या स्वर मूर्ती नुसत्या न्हाऊन निघत आहेत.

◆

नऊवारी

नऊवारी नेहमी मोठी असते. सहावारी मोठी नव्हे. तशी ती सहावारीपेक्षा तीन वार मोठी असते; पण वयानं तिच्यापेक्षा खूप प्रौढ असते. सहावारी कधी प्रौढ नसते. ती नेहमी लहान, अवखळ, हलक्याफुलक्या स्वभावाची असते. नऊवारीनं प्रौढपणा कधी सोडला नाही, नि सहावारीसारखा अवखळपणाही कधी केला नाही. नऊवारी हसते; पण सहावारीसारखी डोळ्याला डोळा भिडवून, मुक्तपणाने नव्हे. प्रौढ असली तरी ती सलज्ज, मंद हसते. तिची विनयशील दृष्टी पायदळी पडते. त्यामुळं तिचं हसणं आर्य नारीचं वाटतं, नि सहावारीचं खिदळणं नवथर पोरीचं वाटतं. नऊवारीला दरारा आहे तसा सहावारीला कधीच लाभला नाही. सहावारी सारखी गोडगोड बडबडत सुटली तरी नऊवारीचे शब्द मोजून, जोखून पृथ्वीला तोलून पडतात. त्यांना दुर्मिळ कस्तुरीचा सुगंध असतो. हा सुगंध पुरुषाच्या हृदयात जातो नि काळजाला भिनतो. रक्तात पसरत जाऊन नसानसांना झोंबतो. त्या झोंबीला एक धुंदी असते. त्या धुंदीत मग कदाचित सारं आयुष्यसुद्धा सुखात-सुखात जगता येतं. पण त्यासाठी नऊवारीचे शब्द झेलायला मिळाले पाहिजेत. खरं तर ते शब्द कसे झेलायचे हे सुद्धा कळायला पाहिजे. कोटाबुटात ते झेलता येत नाहीत. पटका-धोतराच्या कमावलेल्या छातीवर ते झेलता येतात. अंतर ठेवून झेलले तर नऊवारीला ते आवडतं. सारखं भिडून मिठ्या मारीत बसणं नऊवारीला आवडत नाही.

आणखी एक : नऊवारीला रस्त्यावर येणंही आवडत नाही. क्वचित प्रसंगी ती रस्त्यावर येतेही, पण रस्त्याच्या मधे नाही. ती नम्रतेनं रस्त्याला न दुखवता त्याच्या बाजूने जाते. रस्ता त्या बाजूच्या जाण्यानंही हुरळून जातो. तिचा घोळ मोरपिसांगत अंगावर फिरवून घेतो. सहावारीचा स्वभाव रस्त्याच्या मधून जाण्याचा.

त्याला दणदणून सोडण्याचा. रस्ताही मग जरा डोळा मारून उल्लू बनतो. उथळ होत शिट्टी मारतो. नऊवारीला हे मानवत नाही. कुणी अशी रस्त्यात शिट्टी मारली तर ती नागिणीसारखी उसळून पडते. सहावारी एखाद्यावेळेस मिस्कील, चावट हास्य करत निघून जाते.

घराचा उंबरा ही नऊवारीची सीमारेषा. ह्या रेषेत ती आपलं खानदान जोपासते. तिला घराणं आहे. फार पुरातन परंपरेचं रक्त आहे. घराच्या उंबऱ्यापेक्षा वाड्याचा उंबरा असेल तर ती जास्तच खुलून दिसते. वाडा काळ्या दगडांचा, चिरेबंदी असावा. त्याला दगडीच पण घडीव पायऱ्या असाव्यात. दिवाणखान्यात राधा-कृष्णाची, राम-सीतेची, रविवर्म्याची काचेच्या चौकटीत बसवलेली चित्रे असावीत.अंगणातल्या वृंदावनात विशाल कुंडीत तांबूळ माती आणि तिच्यात वंशविस्ताराच्या शाखांनी मंजिरलेली तुळस. परस तसंच विस्तीर्ण. त्या परसात गायी-वासरांचा दुभता गोठा. बेलाचं सावली-झाडं. खाली महादेवाचं देऊळ. देवळात सोमवाराच्या कहाण्यांची माळ. असं काही असेल तर नऊवारी त्या वाड्याचं भूषण ठरते. वाड्याचं अंगण, परस स्वच्छ राहातं. रोज सडासंमार्जन होऊन तुळशीला ताजंताजं पाणी मिळतं. भुई गाईच्या हिरव्या शेणानं सारवण्यात नऊवारी चित्रवतीसारखी शोभून दिसते.

अशा वाड्यात सहावारी तिच्या भरघोस पदराजवळही उभी राहू शकत नाही. सहावारीला परंपरा नाही. घराणं नाही. ती आपली रस्त्यावर जास्तीत जास्त जगणारी. घरापेक्षा 'घराबाहेरपणा' भोगणारी. वाड्यात ती गुदमरून जाईल. एवढंसं घर, एवढी एवढीशी खोली, एवढीएवढीशी पावडर, एवढंएवढंसं कुंकू असा एवढेसेपणा सहावारीला हवाहवासा असतो. सहावारी चंचल तर नऊवारी चतुर आहे. सहावारी ज्ञानी आहे तर नऊवारी शहाणी आहे. सहावारी खूप व्यवहारी असते, आणि नऊवारी असावरी असते.

ती कुणालाही परिधान करता येत नाही. कुठल्याही पोरीनं उठावं नि सहावारी गुंडाळावी, तशी नऊवारी गुंडाळता येत नाही; ती नेसावी लागते. तिचा आदर ठेवून सावरावी लागते. तिचा आदर ठेवण्यासाठी अंगाला जातिवंत स्त्रीचा बांधा असावा लागतो. हा बांधाही दुर्मिळ झालेला आहे. तो डौलदार, वळणे घेणारा बांधा, धीवर-कन्यकेचा असतो. त्यासाठी मत्सगंधेला वृद्ध शंतनु भुलला नि पराशरानं ऋषित्व सोडून सत्यवतीशी विवाह केला. मैदानातल्या रस्त्यासारखा तो बांधा सपाट नसतो. बांधा मागे-पुढे सपाट असेल तर त्याला खुशाल सहावारी गुंडाळावी. आणि अटकर नागमोडी असेल तर त्यानं नऊवारी अंगावर धरावी. अशा बांध्याविषयी काय सांगावं!

वेरूळ-लेण्यातील स्त्रियांचा बांधा पाहून यावा नि मग बांधा म्हणजे काय

ते दुसऱ्याला सांगावं. त्या स्त्रिया जिवंत झाल्या तर प्रथम नऊवारी मागून कुठंतरी आडोशाला कमर मुरडत जातील. सगळी वस्त्रं, भूषणं उतरून ठेवतील नि नऊवारीची घडी मोडतील. जपानी पंख्यासारख्या सुरेख निऱ्या करतील. मऊ जागी मधोमध खोवतील. पंखा पसरून गच्च कास घालतील. कास अलगद निपटून घातली की पंखा अंगभर पसरतो. निरीच्या वरच्या काठाचं गोजिरवाणं केळ बेंबीच्या देठावर आडवं बसतं. भरपूर झुरमुरणारा पदर घेता येतो. मग नऊवारी मखरातल्या मोरासारखी दिसते.

तिला नेसायला निखळ अवस्त्र अंग लागतं. कारण तिला अंगाला भिडल्याशिवाय चैन पडत नाही. ती अंगाच्या अलीकडे राहून अंगाच्या पलीकडे जाते नि घाट तिच्यातून स्पष्ट डोकावू लागतो. तसं होत नसेल तर ती नाराज होते. नऊवारीला अंगाला भिडवून घ्यायला जिला जमतं त्याच ललनेनं नऊवारीचं वेड घ्यावं. नाहीतर मग परकरावर खुशाल सहावारीला गुंडाळावं. मनाची समजूत काढावी. तशी समजूत नऊवारीची काढता येत नाही. नऊवारी नेसली की नऊवारी राहात नाही. ती अंगअंग होऊन उभी राहते. कारण तिला अंगअंग प्यायचं असतं; घाट होऊन जगायचं असतं.

कणा आत मुरून पाठ कमरेपर्यंत उतरती असेल, कमरेखाली तसेच घाटदार बाह्य वळण असेल, दोन्ही मांड्यांना केळीच्या मोन्याची गोलाई नि पिंढऱ्यांना भरदार ज्वारीच्या पोटऱ्यांची ऐट असेल तर नऊवारी विशेष खूश असते. पुढची छाती तशीच गोलाईची आणि पुढे धावून पुन्हा पाठीमागे खेचलेली असेल तर नऊवारीची कांती इतकी जळजळीत होते की प्रसंगी ती पेटून निघते... आणि असा घाट नसेल तर तिचा बोंगा गाल फुगवून रुसून बसतो. लुकड्या पोरींनी नऊवारीचा नवस करू नये. नवस केला तरी तो फळाला येत नाही. फळाला आला तरी तिचं रूप पिराच्या सोंगासारखं दिसतं.

युवतीला नऊवारी कामिनी व्हायचं असेल तर तिनं पहिल्यांदा घाट सांभाळला पाहिजे. मग हा घाट बाहेरून संभाळायला आणि संभाळत संभाळत मुक्त उधळायला नऊवारी सारखं वस्त्र नाही... ते तसं नेसलं की यमुनेचा कान्हा कळी काढायला लागतो. पदर बेभान असेल तर कान्हाचा हात पदराला गेलाच म्हणून समजावं... घाट संभाळला नाही तर कालियाचा डोह कसा संभाळता येणार? मर्दन करायला मग कृष्ण कशी बुडी मारणार?... कृष्णानं बुडी नाही मारली तर मग ती गवळण कसली?... नऊवारी नसेल तर तिला यमुनेत आंघोळ नाही करता येणार. आणि आंघोळ केली तर कान्हा तिची वस्त्रं झाडावर पळवून नेणार नाही... मग यमुनेच्या आंघोळीला गंमत नाही. खरं तर मग कुठल्याच नदीवर आंघोळ करू नये.

केतकीसारखं पिवळं अंग असेल तर हिरवळीगत बारीक चौकड्यांची इरकली किंवा पांढऱ्या खडीची काळी चंद्रकळा नेसावी. नऊवारीच्या ह्या जातीत अंगाचा केवडा उठून दिसतो. लालस गोऱ्या अंगावर फिकट गुलाबी शालू ज्यानं पाहिला असेल तो तर नऊवारीचा जन्मभर गुलाम होईल. मराठी गव्हाळ रंगाला मोगरीसारखी नऊवारी खुलून दिसते; तर जास्वंदी नऊवारी लांबट चेहऱ्याच्या कांतीमान नववधूला कोंदणात बसवून टाकते... नऊवारीत असणं म्हणजे गुलाब-फुलांच्या गेंदावर आंथरूण करून सुरक्षित झोपणं... पाकळ्याभोवती पसराव्यात तसं भोवतीचं विश्व वाटतं... निसर्गाची मग सृष्टी होते नि हिरवा शालू नेसते. गवताची हिरवळ होऊन नागमोडी वाटेनं इरकली नेसल्याचा भास होतो. गुलमोहरानं स्त्रीरूप घेऊन टोपपदर परिधान केल्यागत वाटतं. सगळी सृष्टी कामिनीगत होते नि सगळा निसर्ग पैठणी होतो.

जेवणावळीच्या मधून तर नऊवारी महाराणीसारखी शोभते. घोळदार पदर तिनं कमरेत खोवलेला असतो. नाकात मोत्यांची नथ घातलेली असते. गळ्यात खानदानी कंठा, हातात बिलवर-पाटल्या, दंडात बाजूबंद आणि पायांत छुन्नुक-छुन्नुक वाजणाऱ्या जोडवी-मासोळ्या असतील, तर त्या लयीत समोर येणाऱ्या नऊवारीचा आग्रह कुणाला मोडवणार? सहावारीप्रमाणं वाढण्याच्या निमित्तानं ती पंगतीत मिरवायला येत नाही. वाढण्यात मनापासून ती दंग होऊन गेलेली असते. तिला असं वाढणं स्वभावतः आवडतं. तिच्या घराचं गृहिणीपण त्यात तपाला बसतं असं तिला वाटतं... म्हणून ती पहाटे उठते. स्वतः कंबर कसून स्वयंपाकाला लागते. पुरणपोळ्या कागदासारख्या पातळ करण्यात तिचं चातुर्य पणाला लागतं. येळवणीची आमटी भराभर भुरकली जाऊ लागली नि बारीक वाटलेल्या पुरणाच्या पोळ्या ओठांनी खाल्ल्या जाऊ लागल्या की तिचा जीव जिजाऊ राहत होती त्या गडासारखा मोठा होतो.

पंगतीत वाकून ती वाढू लागली की तिचं दुर्मिळ सौंदर्य उमलून येतं. तिच्या हातातली तुपाची वाटी ही खऱ्या चांदीची असते; पांढऱ्या स्टेनलेस स्टीलची नसते. आणि वाटीतही लोणकढं तूप असतं; डालडा नसतो... नाजूक हातात नाजूक पळी आणि नाजूकच तिचं घालणं. हाताचा हळदवा रंग. रंगीत बांगड्या, सोन्याच्या पाटल्या, नाजूक बारीक बोटं, त्या बोटातली एखादी नाजूक खड्याची अंगठी, वाकण्याच्या निमित्तानं न्याहाळण्याइतका जवळ आलेला चेहरा, डोळ्यांतील तृप्ती, आतील दिसणारी चोळी... आणि चोळीच्या आतील त्या 'ह्यांची' तशीच अस्पष्ट घडणारी दर्शनं झाली की मनात सहस्र झुंबरांचा एक आरसेमहाल आकार घेतो. आणि तुपाच्या धारेत जीव गारद होऊन जातो... ताटा-पाटाची ही पंगत किती गंमत आणते! नऊवारीची वाट पाहात दंड

कुरवाळत उगीच बसण्यातही त्यावेळी औरच आनंद असतो... अखंड ब्रह्मचारीही नऊवारीचा पंगतीतला विलास पाहून लग्न करून घ्यायला तयार होईल... भिल्लीणीचं रूप घेणाऱ्या पार्वतीला शंकाराला प्रसन्न करून घेण्यासाठी शेवटी नऊवारीची कास धरावी लागली... तेव्हा कुठं तिच्यावर शिवाचं मन जडलं.

गौरी-पंचमीचा सण आला की नऊवारीला झिम्मा-फुगडी खेळावी, गुडघ्यावर हातांची गोफण ठेवून घोडा करावा असं वाटत... पेटीतल्या पेटीत मग नऊवारीची चुळबूळ सुरू होते. तिच्या घड्या कमळाच्या पाकळ्यासारख्या उलगडल्या जातात... गंध दरवळू लागतो. किती तरी तऱ्हांचं मराठमोळं सौंदर्य उमलून येऊ लागतं... कंबर बारीक, कातीव वाटते. त्या मूठभर कटीत पदर गच्च खोवला तर उरावर नजर ठरत नाही... सगळं अंग झाकत सगळा अंगलोट दाखवते तीच खरी नऊवारी. मग तिच्या पायघोळ किनारी खुसूखुसू लागतात. भरीव पोटऱ्या आतून बाहेर डोकावू बघतात. गुडघ्यांच्या लवणी लवतात नि कधी न दिसणाऱ्या मांड्या किंचित पडद्यातलं दर्शन देतात. बाहेरचं विश्व न्याहाळतात... पाहणाऱ्याचं मन वेलीगत वरवर सरकत जातं नि भर रस्त्यावर त्याला काम तंद्री लागते. ...हे दुर्मिळ दर्शन नऊवारी अभावितपणे, स्वभावतः करते; मुद्दाम फॅशन म्हणून घडवून आणत नाही... खोट्या फॅशननं मन तेवढ्यापुरतं उतावीळ होतं; कायमचं व्याकुळ होत नाही.

दसरा-दिवाळीला नऊवारी अधिक मुग्ध होते. गौरीपंचमीसारखी आपल्याच रंगात न रंगता दुसऱ्या कुणात तरी दंग होण्यात तिला उदंड वाटतं... जोडवी मासोळ्यांचा छुन्नुक-छुन्नुक आवाज करीत ती घरातून उदबत्तीसारखी हिंडत असते. तिचे डोळे कुठल्या तरी स्वप्नांना बिलगून तरंगत असतात. कातरवेळ झालेली असते. शिलंगणाची हानम बैलांची गाडी येणार असते. लुटलेलं सोनं त्या दणकट मांड्यांखाली गाडीत दडपलेलं असतं. मिशांवरून हात फिरवत, बादली, जरीचा फेटा सावरत कुणी परतणार असतं. त्या कुणाच्या तरी मांड्यावरनं, हातांवरनं तिचे तेलाचे हात आदल्या रात्री नुकतेच फिरलेले असतात... अंगअंग अंगाअंगाच्या ओळखीचं असतं. ह्या अंगाअंगानं त्या सोनं लुटलेल्या अंगाअंगाला ओवाळायचं असतं. ओवाळताना लुटलेलं सोनं पंचारतीच्या तबकात पडायचं असतं. त्यासाठी त्या नऊवारीची सगळी तयारी... निऱ्या नीटनेटक्या करून दोन्ही मांड्यांमधून आरासलेल्या असतात. बेलबुट्ट्यांच्या वलयांतली फुलं पदरावर रेंगाळत असतात. तो पदर त्या काळ्याभोर केसांवर विसावलेला असला तरी अस्वस्थ असतो. सारखा मागं-पुढं सरकत असतो. बारीक माटाच्या बांगड्या वाती वळताना किनकिनत असतात... पितळेची निरांजनं नि तबकं सोन्यासारखी पिवळीजर्द होऊन स्वच्छ पणानं झगमगत असतात. नक्षीच्या तबकात सायंकाळी

निरांजनं पेटली की सगळं घर नि सगळी सायंकाळ सोनेरी होऊन जाते. नऊवारी प्रथम त्या सायंकाळला ओवाळते, मग शस्त्रांना ओवाळते... छातीवर शस्त्रांचे वार घेत लढाई जिंकून आलेल्या वीरांना नऊवारीनं ओवाळलं की जखमांना दिव्यौषधी मिळते. त्या खोल जखमा त्या रात्रीच नऊवारीच्या कुशीत बऱ्या होतात.

ही शस्त्रं फार पूर्वीपासून चालत आलेली, परंपरेनं दिलेली असतात. त्या शस्त्रांच्या समोर अशाच घरंदाज नऊवारीत शिव माऊली जिजाई, राज्यकर्ती येसूबाई, पुण्यवान अहिल्याबाई नि वीरांगना लक्ष्मीबाई दिसू लागतात. मराठ्यांचा भगवा झेंडा फडकवत स्वतंत्रपणे जाणारी ताराई भरारते... ही सगळी नऊवारीची परंपरा. नऊवारीचा इतिहास असा उज्ज्वल आहे... अनेक पगड्याफेट्यांनी तिला लवून मुजरा केला आहे. म्हणूनच तिच्या चेहऱ्यावर मोठंमोठं सौभाग्य कुंकू असतं; चिकट ओलं गंध नसतं. हातात देव फुलांची परडी असते; पर्स नसते. प्रसंगी पंचारती असते; तर प्रसंगी तिनं तरवार नि ढालही वागविलेली असते. पती गेल्यावर दुसरं लग्न केलं नाही की परपुरुषाकडं पापण्या उचलून पाहिलं नाही. प्रसंगी वंशरक्षण नि राज्यरक्षणही केलं. म्हणून दसरा दिवाळी नऊवारीशिवाय साजरी करायची नसते.

...नऊवारीचा महिमा दिव्य आहे. तिचा महिमा विचारायचा असेल तर तो राधेला, गोकुळातल्या गौळणींना विचारावा. . . द्रौपदी नऊवारी नेसत होती म्हणून तर ती पाच पती सांभाळू शकली... पुरुषासारखा पुरुष नारायणही जेव्हा नऊवारी धारण करी तेव्हा तो मोहिनीच्या देखण्या रूपात विलसत राही.

म्हणून मराठी घरात एखादं तरी नऊवारी असावं. तिच्याबरोबर गोट-पाटल्या, टिकापुतळ्यासारखे तिच्याच वळणाचे चार दोन अलंकार असावेत... अणि नऊवारीची घडी ठेवलेली पेटी देवघरात ठेवावी. प्रसंगी तिची पूजा करावी. मिशा धारण करणाऱ्या पुरुषानंही तिच्या शेजारी आपला भरजरी फेटा ठेवून द्यावा... दोन्ही वस्त्रं अखेरपर्यंत सुखानं नांदतील.

◆

अचपळ मन माझे

शाळेत जायला बहुधा मिळत नसे. घर लांब होतं. सकाळी बरीच कामं करावी लागत होती. पाच-दहा मिनिटं नेहमी उशीरच झालेला. शाळा भरलेली. या भरलेल्या शाळेत. मुली ज्या बाजूला बसत त्यांच्या पाठीमागचा एक बेंच तेवढा मोकळा असे. तिथं जाऊन मला बसावं लागे. नाइलाज होता. बाकीचे बेंच भरलेले असत. एका बेंचावर तीन मुलं बसली, की शिकण्याकडं लक्ष लागत नसे. खालच्या आवाजात बोलणी सुरू होत. लिहून घ्यायला यायचं नाही. सगळी अडचण होऊन जाई. मुख्य म्हणजे मला एकटं बसण्याची चटक लागली होती. ह्या आनंदात कुणाचा अडथळा आला की तो सोसत नसे. बेंचावर एकटा असलो की निवांतपणा मिळे.

त्यामुळं मुलींच्या पाठीमागं असलेल्या बेंचावर धोका पत्करूनच मी जाऊन बसे. मुलं, मास्तर माझ्यावर डोळा ठेवून असत. पण त्यांची फारशी फिकीर नव्हती.

तिथं बसल्या बसल्या मनोरंजन होई. पुढच्या अगदी माझ्या बेंचाला घासून असलेल्या बेंचावर मुली बसत. अगदी एक फूट अंतर. कधी कधी खालून पुढं केलेले माझे पाय नि पुढून सहज पाठीमागं आलेले त्यांचे पाय यांची गोड भेट होई. गार, कधी ऊबदार स्पर्श होई. पायांतून वर अंगभर नागीण कुंडलिनीगत सळसळत जाई. कधी वारा आला तर पदर बेंचावर येई. वारा नसतानाही कधी नकळत येऊन तो माझ्या अगदी वहीवर, पुस्तकावर, कधी बेंचावर ठेवलेल्या डाव्या हातावर परीच्या पिसासारखा विसावे. त्याच्यावरची फुलं, त्यांची रंगीत नवलाई मी त्याला धक्का न लावता न्याहाळी. तो ज्या शरीराला भिडून अगदी मुकाट स्पर्श भोगतो त्याचा हेवा वाटे. कधी मागे टाकता टाकता वेणी आपल्या

जागेत हात घालताना, पायरीवर येण्यासाठी तिचा गच्च गच्च हात धरताना त्या थंड पाण्यातही अंग गरम होऊन जायचं. भिजलेल्या रुक्मिणीला चिकटलेली साडी पाहण्यात, ती ओली ओली डोळ्यांनी पिण्यात, तिच्या तोंडावर आलेले ओले केस न्याहाळण्यात, कधी मुद्दाम पण नकळत झालं असं दाखवून केसांना हात लावण्यात उग्र दाट संवेदना होत. काळीज धडधडे. तिलाही त्या निमित्तानं हे हवं होतं असं जाणवे. ती हात घट्ट करी, पोहताना काखेत धर म्हणून सांगे, पोटाखाली हात सरकवताना तिला गुदगुल्या होत, पण ती खूश होई. मीही खूश... दोघेही एकमेकांवर खूश आहोत, यासाठीच पोहायचं नियमित निमित्त काढीत आहोत, हे दोघांनाही ठाऊक असे. पण तसं बोलण्याची सोय नाही. असं काही मनात येणं हे पापच. पण माझ्यातला नर नि तिच्यातली मादी गप्प बसत नव्हती. निसर्ग माझ्याकडनं काहीतरी अगम्य करू पाहत होता.

कॉलेजात गेल्यावर या अगम्यतेत अधिक गम्य वाटू लागलं. अधिक धीट झालो. तरुणांचा तरुणी हाच विषय असणार याची खात्री झाली. दुसरं काही फारसं सुचेना झालं. सारखा तोच विषय मनात घोंगावू लागला. त्याच विषयावर अभ्यासापेक्षा जास्त चर्चा होऊ लागल्या. निसर्गात मुलींचा सहवास मिळावा म्हणून सहलीत भाग घेऊ लागलो. मुली मुक्तपणे बोलू लागल्या. त्यांच्याही मनात एक रंगीबेरंगी विश्व उमलू घातलेलं होतंच. त्यांच्या भोवती, त्यांच्यामध्ये मीही रंगू लागलो. सुंदर दिसणाऱ्या मुली वेड्यासारखा पाहातच उभा राहू लागलो.

सहामाही परीक्षा जवळ आली होती. कुमुदनं नेलेल्या काव्यशास्त्रावरच्या नोट्स् अजून परत दिल्या नव्हत्या. कॉलेजलाही येत नव्हती. रविवार होता. सकाळी उठल्याबरोबर चहा घेऊन तिच्या घरी गेलो. प्रथमच गेलेलो.

अभ्यास करत बसलेली. नुकतीच न्हाली होती. एरवी ती चेहऱ्यावर पावडर लावी, त्यामुळं चेहरा गोंडस दिसला तरी कोरडा असे. आज तसं नव्हतं. नुकतीच न्हाल्यामुळं केस ओले. मुक्त सुटलेले. आणि चेहऱ्यावर त्वचेचा किंचित तेलकटपणा. त्यामुळे चेहरा स्वाभाविक कांतीनं झळाळून उठलेला. गरम पाण्यामुळे नाकाचा शेंडा, खोबणीखालचे गाल, कानांची पाळं लालेलाल झालेली, घरात नेसायचं पांढरं पातळ नेसलेली. त्याला परीटघडी नसल्यानं अधिकच उठाव आलेला.

"कुमुद" मी पहिल्यांदाच नाव घेऊन हाक मारली नि बघत उभा राहिलो.

"अय्या! तुम्ही आलात होय?" तिनं चौकशी केली. नोट्स् राहिल्यानं 'सॉरी' म्हटलं. 'बसा' म्हणाली.

चहा केला. नोट्स्ही दिल्या. पण चहा पिता पिता मी जे पाहत राहिलो

ते पाहणं अजूनही विसरलं जात नाही. तिच्या अंगावर फुललेली लज्जा, संकोचलेली सुकुमार काया अजूनही डोळ्यांसमोरून हलत नाही. स्मरण माझ्यावर मात करून हा प्रसंग पुन्हा पुन्हा मनासमोर चितारतं. त्यावेळी पापाच्या पलीकडं गेलो.

पापाच्या पलीकडं खेचून फरफटत नेणारा अजून एक प्रसंग सतत मन क्षुब्ध करून टाकतो. घरगुती सफरीला गेलो होतो. कोकणातल्या निसर्गसौंदर्यानं मन वेडावून गेलं होतं. काही सुचत नव्हतं. खोल, धुकाळ दरीतली दृश्यं पाहिल्यावर उड्या टाकून प्राण द्यावा असं वाटलेलं. जीव तगमगलेला.

समुद्राकडेचा एक गाव, सकाळचीच वेळ. सात-आठच्या सुमाराला उठल्यावर मंडळींनी समुद्रस्नानाची कल्पना काढली. दोन-तीनदा मी समुद्रस्नान केलं होतं. मला त्याची रुची फारशी कळली नव्हती. उलट स्नान झाल्यावर खाऱ्या पाण्यानं अंगावर जो चिकटपणा येतो तो नकोसा वाटे. गोड्या पाण्यानं स्नान करेपर्यंत मला अंगावर गिळगिळीत बेडकं चढल्याचा भास होतो.

म्हटलं, ''मी आता समुद्रस्नानाला येत नाही. कंटाळा आलाय. इथंच आडावर आंघोळ करतो नि पळायला जातो.''

उषा, नाना, आणखी दोन मित्र समुद्रस्नानाला गेले. मी मागे एकटाच राहिलो. सावकाशीनं सकाळचे विधी उरकले. आडावर स्नान केलं. कपडे धूत बसलो.

भरपूर समुद्रस्नान झाल्यावर नानांनी आंघोळीसाठी उषाला पुढं पाठवलं. हेतू असा की आडावर ती प्रथम निवांतपणे आंघोळ करू शकेल. मी व्यायामाला निघून गेलो असेन, आणखीही कारणं असावीत, हे तिला बघून ध्यानात आलं.

तिचा रंग गोरा. भरपूर अवखळ. अंगानं भरलेली. रुंद गळ्याचा ब्लाऊझ घातल्यानं माझं सारखं लक्ष तिच्या खालच्या भरदार उघड्या भागाकडं जायचं. प्रवासात आम्ही सर्व मित्र तिच्याशी बोलण्यास उत्सुक. तिचे काळेभोर, किंचित मोठे आणि डोहागत नितळ डोळे. तिच्या अंगावरची कांतिमान लवलवती लव. शेंड्याकडं बारीक होत गेलेली, नाजूक लांबट बोटं, शरीराचा नागमोडी घाट, पाठीचा वळणदार उघडा भाग या गोष्टी बोलता बोलता बघता येत; अनुभवता येत. तिच्याही ते लक्षात येई. ती मिस्किलपणे हसे. 'काय रे, हवं आहे काही यातलं तुला?' असं जणू त्या हसण्यानं विचारते आहे असं वाटे. डोळे रोखे, मुरके, सलज्ज होई नि माझ्यातील नरपणाला आव्हान देई. मी तुकडे होणाऱ्या सर्पागत तडफडतेला... यात कसलं पाप? पुरुषाला मिळालेलं हे भाग्य! भोगाचं पुण्य!

...समुद्रस्नान अंगभर भोगून आलेली उषा. अंगानं नैसर्गिक बंड केलेलं.

ओलं वस्त्र त्या बंडाला शरण गेलेलं. अंगात फक्त काळसर ब्लाऊझ, फिकट हिरवट रंगाची विरविरीत साडी. स्नानाच्या वेळी कसून कास घातलेली. केस सोडलेले. अंगभर चिपकून ओघळलेले. ब्लाऊझ नि साडी अंगात घुसून अंग वर आलेलं. गुडघ्यांपासून वर विस्तृत होत गेलेल्या घाटदार मांड्या. कमरेखाली त्यांची हळुवार होत गेलेली कामुक सखोलता. चालताना हे सगळं वासना उधळणारं... उषा, तुझ्या अंगावर वस्त्र आहे ना?

मी गारद होऊन कपडे धुता धुता गपकन् उठून उभा राहिलो. काहीही करता आलं नाही. घायाळ, पराभूत होऊन आवंढा गिळत बघू लागलो.

"पाणी दे दोन बादल्या काढून." तिची नाजूकपणे थरथरणारी कर्दळ.

"हो!" मी ताठ उभा.

"दे ना लौकर. थंडी वाजतेय."

मी पाणी काढलं. जवळ येणाऱ्या तिला बघत राहिलो. पाणी घेईल तशी मनाचे होणारे हजारो तुकडे सावरत ताडताड पाठमोरा होऊन पळायला निघून गेलो. रानवाटा, वेली, झुडपं, शेतं तुडवत खूप खूप पळून एक तासानं परत आलो. त्यावेळी काळजाच्या ठिकऱ्या ठिकऱ्या उडाल्या होत्या.

...पुरुषत्वाला किती प्रचंड हाक घातली होती तिनं!

...मला ती हाक ऐकणं शक्य नव्हतं. शरीराचा कण नि कण ताठ लोखंड होऊन गेला होता. भोवतीनं समाजाचे पोलादी गज होते. त्यावर डोके आपटून घेत तो दिवस नि ती रात्र मी काढली तिच्याकडं जराही न पाहता. पाहिलं असतं तर शंकरानं मला उभं जाळून, अनंग करून सोडलं असतं... सबंध प्रवासात उषाचं तेच रूप मी तिच्या स्वरूपात शोधू लागलो.

...काय हा शरीराचा स्फोट. किती सामर्थ्य शरीरात आहे! वस्त्रातून सोलून घेतल्यावर ही केतकी कशी दिसेल!

...या सामर्थ्यानं मनाचा विध्वंस व्हायला वेळ नाही. हा विध्वंसही झाला पाहिजे. कृत्रिम संयम. निसर्गाच्या उलट दिशेनं जाणारा. त्याचा विध्वंस म्हणजे निसर्गाचा विजय. निसर्गाचा निसर्गात विजय होणारच. त्याच्याच एका अतिक्षुद्र मानवी तुकड्यानं सबंध निसर्गाविरुद्ध केलेलं हे बंड. ह्या बंडाचा बीमोड होतच राहणार. पाखंडी पुरुषाच्या नसत्या नीतिकल्पनांचा बीमोड हा... नराचं शरीर हा निसर्ग. नारीचं शरीर हाही निसर्ग. दोन्ही एकमेकाला मागत राहणं हाही निसर्गधर्मच. आणि ती नैसर्गिक उत्कट क्षणांच्या वेळी न देणं ही समाजाची नीतिकल्पना-एक बंडखोर विचार माझ्या मनात धुडगूस घालतेला झाडं-झुडपं उखडून उधळून लावतेला.

सगळीच नारी-शरीरं सर्वकाळ नराला अशी उध्वस्त करीत जातात असं

नाही. असे वासना-स्फोट क्वचितच होतात. एरवी निसर्ग शरीरांना हळुवारपणे, एकमेकाला नकळत एकत्र आणण्याचा प्रयत्न करतो. रविवारी सकाळी दोन्ही बाजूंना विशेष झाडी असलेल्या एका रस्त्यानं मी फिरायला जातो. तिथं आठाच्या आसपास एका बंगल्याच्या गॅलरीत एक तरुणी कधी कधी न्हालेले केस सुकवीत बसलेली असते. सगळे केस पाठीवर काळं रेशीम पसरल्यासारखे दिसतात. गौर, लांबट, घाऱ्या डोळ्यांचा चेहरा. त्या चेहऱ्याला त्या केसांनी मेहरप घालून एक मादक गूढता आणलेली असते. केस माझ्या हाताचा स्पर्श मागत असतात किंवा माझे हात त्या केसांचा स्पर्श मागत असतात. त्या चेहऱ्याच्या पार्श्वभूमीवर तो हवा असणारा स्पर्श आणि त्या बांधेसूद देहाला लाभलेला चेहरा; म्हणजे स्पर्शापासून देहापर्यंत मनाला ओढून नेणं हे निसर्गाचं हळुवार कारस्थान. ह्या कारस्थानात गुंतत जाण्यात धन्यता मानणं हाही शरीराचा मौलिक धर्म.

इथं लुच्चा निसर्ग आपलं असलं मोहक कारस्थान पार पाडण्यासाठी कसा धडपडत असतो ते कळून येईल. नुसते तसले किंवा तेच केस तिथंच त्या गॅलरीच्या कठड्यावर गंगावनाच्या स्वरूपात झुकत असते तर? तर मी त्यांचा स्पर्श मागितला असता? मला ह्या प्रश्नानंच हसू येतं. केसांकडून चेहऱ्याकडं, चेहऱ्याकडून देहाकडं नि देहाकडून भोगाकडं, आणि भोगाकडून निसर्ग विजयाकडं जाण्यासाठीच निसर्गानं रचलेला हा डाव कळला की मी निसर्गावर बेहद्द खूष होतो. त्या डावात आपण होऊन अडकू इच्छितो.

नऊवारी पाठमोऱ्या तरुणीच्या नैसर्गिकपणे उघड्या पडणाऱ्या भरदार पोटऱ्यांनी, समोरून येताना कांतिमान चेहऱ्याच्या ओठांजवळ असलेल्या लहान तिळांनी, नाजूक हसताना खळी पडणाऱ्या गालांनी, निमुळत्या होत गेलेल्या तांबूस बोटांनी, मोहक भावुक अनेक मंद हालचालींनी, अनेक वेळा रस्त्यांतून, बागातून, नाट्यगृहांतून, बसमधून माझे स्पर्श मागितलेले मला आठवतात... मला हे स्पर्श देता येत नाहीत. त्यांनाही हे उघड मागता येत नाहीत.

अशा वेळी मग मनोमन एक सुंदर चाळा उरतो तो करावा. स्पर्शवतीला मनोमन उभी करावी. तिचे स्पर्शोत्सुक केस कुरवाळावेत. तिळांना ओठांनी टिपावे. छातीवर पिसासारखे हात फिरवावेत. पुढं बघून बसलेली असेल तर पाठीमागून हळूच डोक्यावर हात ठेवून तिच्या पापण्यांनी आपल्या तळव्यांना गुदगुल्या करून घ्याव्यात, गालांना गाल घासावेत.

हे स्पर्श देता घेताना हळुवार रसिकता जपावी. ह्या रसिकतेला उग्र होऊ देऊ नये. तिला उग्रता आली की विकृती येईल. आणि विकृती आली की सर्वनाश. मग शरीराला भान उरत नाही. ते संधी मिळेल तिथं मनातून उठून जनातही तसंच करू पाहतं. कधी अनावर होऊन उद्दामपणे तसं करतंही.

विकृतीची ही फळे विषारी असतात. मग लोक वाटेल ते म्हणतात. आक्रमण केलं, विनयभंग झाला, बलात्कार झाला. आगाऊ आहे, विकृत आहे. अशी फळं येऊ नयेत म्हणून रसिकता हळुवार जपावी, सांभाळावी. उंची मद्यातील मद्यार्कांच्या प्रमाणासारखं तिचं आहे. प्रमाण प्रमाणात असेल तर शरीराला, मनाला तरतरी येते. हेच प्रमाण वाढलं तर झिंग येते नि तारतम्य राहत नाही. रसिकतेची उत्कटता अशीच आहे. ती मनातच असावी. स्वत:पुरती, खाजगीतच असावी. मनातून जनात नि खाजगीतून उघड्यावर ती आली की तिचं प्रदर्शन होतं. आस्वादाचं अति भोगात रूपांतर होऊन बलात्कार होऊ लागतो. याचा एकदा असाच प्रत्यय आला.

बसने प्रवास करीत होतो. महाविद्यालयातर्फे मला नि निमाला एका स्पर्धेला पाठवलं होतं. सर नि निमा पुढच्या बेंचावर बसलेली. मी त्यांच्या समोरच्या बेंचावर एकटा. दहा तासांचा प्रवास. पावसाळ्याचे दिवस. बाहेर सारखा पाऊस. कोकणातील घाटांची लपेटदार वाट. बाहेर झाडी. तिच्यावर पावसाचा सतत धुंद वर्षाव. सर पेंगू लागलेले, माझे निमाचे बोलण्याचे विषय संपलेले. फक्त पाहणं उरलेलं. बाहेरचं धुंद वातावरण, वृत्ती उन्मन करून टाकतेलं... समोर निमा. त्या वातावरणात तीही त्या चिंब होऊन जाणाऱ्या झाडासारखी. मी एखाद्या ढगासारखा मनातील वाफांनी घुसळून निघालेला.

"निमा!"

माझ्या ओठांची फक्त हालचाल. 'नि' साठी विलग झाले नि 'मा'साठी पुन्हा मिटले. तिला ती हाक गेली. ती डोळ्यांनीच बोलली. 'ओ'कारासाठी भिवया उचलल्या. आणि लगेच सर शेजारी असल्याची खूण केली. मलाही ते भान होतंच.

मग फक्त आम्ही एकमेकांकडं बघत राहिलो. डोळे डोळ्यांना भिडून फांदीवरच्या पारव्यांच्या नरमादीसारखे एकमेकांची अबोल मस्करी करीत होते, मिचकत खट्याळ होत होते. पसरून आश्चर्यचकित होत होते. अर्धस्फुट होऊन भावभरे व्हायचे. किती खेळ खेळलो त्याचा कुणालाही पत्ता नव्हता. शेजारी पेंगणाऱ्या सरांना तर नव्हताच नव्हता. डोळ्यांतून एकमेकांत उतरत पाण्यात पाणी मिसळत राहावे तसे मिसळत बसून राहिलो. खायला काढलं. पेरू, खोबऱ्याच्या वड्या, शंकरपाळी खाऊ लागलो. दात लावून एकमेकांना देऊ लागलो, घेऊ लागलो. एकमेकांच्या जिभा एकमेकांला अशा रीतीनं भिडू लागल्या. अशाही जिभा भिडवता येतात. मनातल्या गहन अनोळख्या वाटांनी प्रवास करीत राहिलो.

...रात्रीचा प्रवास. त्या रात्रीच्या काळोखात पाऊस. त्या काळोखातूनच पावसात भिजत जाणारी बस. एक गूढ पांघरूण. रात्र वाढेल तशी मला- तिला स्तुती

येत जातेली. मी आमची पांघरुणं काढली. निमाला दिलं.

जागवेर बसल्या बसल्याच हळूहळू पेंगेची साय पसरतेली. त्या दाट सायीखाली तंद्रीचं दूध पसरलेलं... निमा-मी एका अंथरुणात एका खोलीत. तिच्या केतकी रंगाच्या हातात हिरवा चुडा. प्रीतिसफल रात्र. बोलक्या डोळ्यांना तृप्ती लाभलेली. हातांना स्पर्शधन्यता आलेली.

ब्रेक लागला नि तंद्री गेली. बाहेरची सृष्टी अंधारातून पहाटप्रकाशात येऊ घातली होती. सरांनी दोघांनाही गरम गरम कॉफीसाठी उठवलं.

रात्रभर मद्य चढत होतं. मन तरल तरल होत होतं. झिंग येऊ पाहत होती, पण ती येऊ दिली नाही. नाही तर त्या प्रीतीची फळं कारळासारखी कडू होऊन गेली असती... बलात्कार झाला असता.

बलात्कार ही कामी भेकडाची कृती. नरानं पुरुषसिंह असलं तरी पुरुषाला शोभेलसंच वागावं. त्यात डौल आहे. श्रीविलास बरोबर गेला असतानाचा एक अनुभव सांगतोट

मेघाला बसमध्ये बसवून परत यायचे होतं. ती अवघडलेली... माहेरी नेण्यासाठी तिचा भाऊ आलेला. पहिलंच बाळंतपण. खरं म्हणजे कितीतरी घाई झालेली होती. लग्न होऊन नुसते आठ-नऊच महिने झाले होते. आणि आता तर ती दिसांतही पडली होती.

टॅक्सीत मी पुढं बसलेला. मागे मेघा. मधे तिच्या एका बाजूस तटस्थपणे बसलेला तिचा लहानगा भाऊ. दुसऱ्या बाजूला वक्तृत्व स्पर्धेत किंवा एखाद्या खेळात वैयक्तिक पराक्रम करून जिंकलेला एखादा चषक शेजारी ठेवावा तसा मेघाला शेजारी घेऊन बसलेला श्री. चेहऱ्यावर पुरुषी ऐट. मेघा त्याच्या पराक्रमाला आलेल्या फळासारखी तृप्तीनं तुडुंब भरलेली. त्याला जास्तच बिलगून बसलेली. तू किती मोठा विजय मिळवलास रे- असा तिच्या चेहऱ्यावरचा भाव. भावाकडं दुर्लक्ष. त्याचाही चेहरा काहीतरी हरवून निराश होऊन बसल्यासारखा. दृश्य मोठं पाहण्यासारखं होतं.

स्टँड आल्यावर आम्ही उतरलो. तिला सावकाशीनं खाली उतरून घेतलं. मी बाजूला तटस्थ उभा. भाऊ त्याहून तटस्थ. तिची बॅग त्याच्या हातात.

जवळच्या बेंचवर ती बसली. भावाला लवंगा-वेलदोडे आणायला स्टँड-समोरच्या दुकानाकडं पाठवलं. आम्ही बोलत उभे राहिलो.

मेघा उठून स्त्रियांच्या लॅट्रीनकडे हळूहळू निघून गेली. आम्ही बोलतच उभे.

गर्दीतून ती सावकाश परत येत होती. दोन तृप्त मांड्यांवर पिकू घातलेलं फळ सावरत, सांभाळत, हळुवार पाय उचलत. ती कांतिमान झालेली गर्भार तरुणी. फूल येऊ घातलेल्या केळीसारखं अंगावरचं फिकट हिरवं पातळ. गौर,

मंद, तृप्त रंग.

एखाद्या चित्रकारानं आपल्या आकाराला येऊ घातलेल्या चित्राकडं पाहावं तसं बारकाईनं श्री तिला लांबून येताना पाहू लागला. दृष्टीस पुरुषत्वाचा धुंद विजय होता. निर्मितीची एक धुंद दारू चढली होती. एका अनामिक विजयश्रीनं आपल्या गळ्यात विजयमाला घातल्याचं वीरत्व त्याच्या दाट भिवयांखालच्या डोळ्यांत साकळून बघत होतं.

काय याचा अर्थ? नराचा खरा विषय नार हाच आहे. तिला फळाला आणण्यासारखं दुसरं पुरुषी सुख नराला मिळणं अशक्य. या नैसर्गिक अजोड सुखासाठीच सर्व नरांची रात्रंदिवस धडपड चाललेली असते. प्रत्यक्ष परमेश्वरालाही याशिवाय स्त्रीपोटी अवतार घेता येणार नाही. परमेश्वराचीही माऊली होण्याचं भाग्य पृथ्वीवरच्या स्त्रीला त्यामुळं लाभलेलं आहे.

◆

मुली पाहणं

कॉलेजला शिकत असताना आरंभी मी नाकासमोर बघून चालत असे. हायस्कूलला असताना विवेकानंद, परमहंस, गोखले, आगरकर यांची चरित्रे वाचून मनावर परिणाम झाला होता. काही तरी ध्येयवादी असावे असे वाटे. या वाटण्यातूनच भौतिक सुख, संसार शृंगार, प्रेम, स्त्री इत्यादी गोष्टींकडे पाहण्याची वृत्ती बदलली होती. समोरून येणाऱ्या परिचितांना दोन्ही हात छातीवर जोडून मनोभावे 'नमस्कार' करीत असे. त्यात वर्गातल्या म्हणून माहिती असलेल्या पण प्रत्यक्ष परिचय नसलेल्या विद्यार्थिनीही असत. त्यांना भलतेच आश्चर्य वाटे. त्यात माझ्या अंगावर खादीचा हाफशर्ट व हाफ पँट, त्यामुळे तर भलताच आदर्शभूत झालो होतो... एक-दोन अतिहुशार मुलींनी ओळख करून घेऊन 'तुम्ही फारच आदर्श दिसता बुवा' म्हणून सांगितलेही होते. त्यावेळी मनात कुठेतरी समाधान वाटले होते. त्यानंतर माझ्या आदर्शात जास्तीत जास्त भर कशी टाकता येईल याचा विचार करून मी वागू लागलो.

...पण एक दिवस मी पुढे बसलेला असताना 'काय मामाऽ' म्हणून पाठीमागून कुणीतरी हाक मारली. प्रथम ती मलाच आहे असे वाटेना. पण नंतर मला सगळे तसेच हाक मारू लागले. पाठीमागून खडेही येऊ लागले. हे पाहून मात्र माझ्याविषयी मुलांच्या मनात नेमके काय आहे, याची कल्पना आली.

एकाने मला माझे कमी असलेले केस बघून पंधरा मिनिटांच्या सुटीत विचारलेही, "काय शेंडी-बिंडी राखली आहे की नाही?"

"नाही बुवा, का बरं?"

"नाही; आपलं सहज विचारलं. पण राखा, तुम्हाला चांगली दिसेल."

पुढे पुढे मला त्यांचा इतका त्रास होऊ लागला की दुसऱ्या वर्षी कॉलेज

बदलावं लागलं. कॉलेजबरोबर मीही बदलून गेलो... तसं नाकासमोर चालणं वय वाढेल तसं कठीण जात होतं. नमस्कारही करायचा सोडून दिला. हॉस्टेलमध्ये विद्यार्थ्यांचा ग्रूप चांगला भेटला नि मी चांगलं चांगलं पाहायला शिकलो... अर्थात मुली पाहणंही त्यांत आलंच.

मुली पाहणं त्यात आलं नि माझ्या डोळ्यांच्या कक्षेत एक वेगळं विश्व जमा झालं. वर्गात बसल्या बसल्या हे पाहणं प्रथम सुरू झालं. प्रथम निरनिराळ्या रंगांची पातळं दिसू लागली. त्यांच्यावरची फुलांची, रेषांची, वर्तुळांची डिझाईन्स पाहण्यात, पातळांचा स्वच्छपणा, त्यांचा घोळदारपणा, त्यांच्या निऱ्यांच्या ठेवणीमुळं त्यांना आलेला चुणीदारपणा पाहण्यातच आनंद वाटू लागला. त्या पातळांमुळेच त्या मुली आवडतात, नाही तर तसे दुसरे काही नाही. एरवी मुली आपल्या बहिणीच आहेत. तेव्हा त्यांना पाहण्यात तसं काही पाप नाही. आपल्या सोज्वळ मनाला आपण तसा काही धोका देत नाही, असं प्रथम प्रथम वाटू लागलं आणि डोळ्यांतली पाहतानाची अपराधी वृत्ती नाहीशी झाली. ते अधिक मोकळेपणाने मुलींना पाहू लागले.

पण दुपारी खोलीवर निवांतात एकटे पडून राहिल्यावर मुलींच्या अनेक आठवणींची डोक्यात इच्छा नसताना गर्दी होऊ लागली... गोंधळून जाऊ लागलो. इच्छेविरुद्ध मन वाटेल ते चाळे मुलींशी करू लागलं. त्यांच्याशी बोलू लागलं, गुजगोष्टी करू लागलं. त्यांना अभ्यासाच्या नोट्स् देऊ लागलं. अधून-मधून एखादी केलेली कविता त्यांना दाखवू लागलं... इतकंच नव्हे तर त्यांच्याबरोबर एकांतात दूर दूर फिरायला जाऊ लागलं म्हणजे मनातल्या मनात मीच जाऊ लागलो...

कशानं तरी तंद्री तुटली की सगळा घोटाळा लक्षात येई. भलतंच काहीतरी करून बसलो असं वाटे. दुसरी गोष्ट अशी की पातळे आठवायचीच नाहीत. ही काय भानगड आहे? वास्तविक पातळांसाठी त्या मुली आपणास आवडू लागल्या होत्या. आणि आता तर त्यांची पातळेच आठवत नाहीत. मुलींचे चेहरेच फक्त आठवतात.

असं झालं नि चेहऱ्यांकडेच पाहण्याची सवय लागून राहिली. डोळ्यांतल्या गंमती कळू लागल्या. मांजरासारखे करडे डोळे असलेले चेहरे उगीचच बेरकी वाटू लागले. निळे डोळे क्वचित भेटू लागले. भेटले की काही तरी अथांग मादकता त्या डोळ्यांच्या पलीकडे उभी असल्याचे जाणवू लागलं. डोहासारखे शांत, विशाल, काळेभोर डोळे पाहून मन प्रसन्न आणि व्याकुळ एकदमच होई. लांब लपेटदार केस, केसांतील ऐटबाज फुले आणि त्यांचा वाटणारा हेवा. कोरल्यासारखी टोकदार बुद्धिमान वाटणारी, अपरी तिखट वाटणारी, नाकपुड्या किंचित वर आलेली चिडखोर, अशी नाकं दिसू लागली. ओठांचा पातळ रसरशीतपणा, जिवणीची नाजुकता, अनेक वेळा रुंद जिवणीचा फाटलेपणा,

बटबटीत ओठांचा चरबरीतपणा मनाला जाणवू लागला. हे पाहता पाहता हास्यं पाहिली. खेळकर, मिस्किल, चिडखोर, उथळ, प्रसन्न, सोज्वळ अशी त्यांची अनेक रूपं दिसू लागली... कानांच्या तेलकट, फतागड्या, चिरक्या-नाना प्रकारच्या पाळ्या... किती विविध आणि विपुल चेहऱ्यांचं विश्व... हे सगळं अनुभवताना मी उन्मनस्क होऊन जाई. त्या चेहऱ्यापाठीमागं बेचैन होऊन दूर भटकत राही.

...ही भटकंती चेहरे सोडूनही आसपासच्या प्रदेशावर होऊ लागली. दृष्टी नाजूक, देखण्या गळ्यांच्या आसपासच्या गोरपट प्रदेशावर हारांप्रमाणे मान टाकून पडून राही. खाली रहस्यमय होऊन राहिलेल्या चिमुकल्या, कित्येक वेळा विशेष उंचवट्यांवरून आत उतरून वाबरी-गुबरी होऊन लगेच परत फिरे. काय आहे, न्याहाळण्याच्या अगोदरच परत येई. पाठमोऱ्या मूर्तींना मात्र मनोभावे पीत उभे राहावे. कसलीही भीती नसे. अवयवांच्या नाजूक हालचाली निर्धास्तपणे टिपताना कानांच्या पाळ्या तापून जात. येडबडल्यासारखे होऊन नाइलाजानं खोलीवर जावं लागे. एकटंच आपण खोलीवर चाललो आहोत, पाठीमागं काहीतरी ठेवून आपण निघून आलो आहोत, आपणास काहीतरी हवे आहे; अशी रुखरुख लागे.

कशालाही न जुमानता मन बंड करून उठे. सैरभैर होई. अपराधाची जाणीवच नाहीशी झाली. डोळ्याला डोळा भिडवण्याचा प्रयत्न करू लागलो. भावना मित्रांजवळ निःसंकोचपणे बोलून दाखविण्याची धडपड करू लागलो... व्याकुळपणे बोलून दाखविल्या की टिंगल होई. मग विकृतपणे बोलून दाखवत असे. चिकणी, कंडा, माल... तोंडात येतील ती विशेषणं वापरी.

प्रथम प्रथम सायकल घेऊन एकटाच तिठ्यावर ठराविक जागी येऊन थांबू लागलो... नुसतं पाहत राहायचं. पाण्यावरच्या लाटा गेल्याप्रमाणं मुली जात. दुसऱ्या येत. नुसत्या पाहत राहाव्यात अशा, नुसत्या चालत राहाव्यात अशा. नुसत्या हासत, नुसत्या मेळावत राहाव्यात अशा. सगळ्या जात. कुणीच थांबत नसत. ओळखीच्या नसत. नाइलाजाने मग बिथरल्या मनानं खोलीवर परत येई. मन चेचल्यागत होई. तगमग होऊन तसाच जेवे. तसाच आंथरुणावर पडे. तशीच जागेपणात रात्र जाई. अभ्यासात लक्ष नाहीच. कधी तरी नाइलाजानं अभ्यास करावा लागे. मित्रांजवळ याचविषयीच्या गप्पा. कोण कुठं राहते याची चर्चा. हळूहळू त्यांचा पाठलाग. नुसतं दर्शन घेऊन परत. कधी कधी चेकाळायचं. कधी काहीतरी तोंडात येईल ते बडबडायचं. कधी कधी डोळे भरून मादकपणे नुसतं पाहायचं. भाव व्यक्त करायचा. सगळं मुक्यानं... आतल्या आत मनाचा उभा जन्म तुकडे तुकडे होऊन चाललेला.

एके दिवशी सकाळी गडबडीत कॉलेजला निघालो होतो. शेजारच्या सातपुत्याला

विचारलं,

"येणार ना?"

"दांडी!"

"का रे?"

"आज सामने बघायला जाणार."

"कॉलेज बोंबललं का?"

"बोंबललं. पोरींचे सामने आहेत खासबागेत."

"पोरींचे?"

"हां! उंच उडी, खो-खो, कबड्डी, बास्केट बॉल!"

"पोरांना बघायला सोडतील का रे?"

"आरे, नाहीतर पोरींना कोण बघणार? गप बघत बसलं म्हणजे कुणालाही कुणी हाकलत नाही... साला लाळ गाळत गप बसायचं."

"आमचीही दांडी मग!"

...सामने पाहिले. उंच उडीच्या वेळी स्कर्ट पाहिले. खो-खो, कबड्डीच्या वेळी आखूड चड्ड्या पाहिल्या. मुलींची मर्दुमकी, नाजूक झोंबी पाहिली. बास्केट-बॉलच्या वेळी उड्या मारताना डौल पाहिला . . .सामने डोळे भरून भोगले नि थकून अंथरुणावर जाऊन पडलो.

...विविध वस्त्रांतल्या या मुली कॉलेजात पाहत होतोच. शिवाय उद्यानात, थिएटरात पाहू लागलो... मंगलकार्यालयात जाऊन सुद्धा अनेक वेळी उभा राही. भारी भारी अलंकारांतल्या, नऊवारींतल्या हळदीकुंकवाच्या खानदानी गडबडीतल्या मुली पाहताना स्त्रियांचा पेशवाई दरबार भरल्यासारखा वाटे.

...स्कर्टमधील मुलींचं रूप वेगळे दिसे. त्याच मुली पातळ नेसू लागल्या की किंचित प्रौढ वाटत. त्याच खेळात उतरल्या की बालिका... सदैव पातळ नेसणाऱ्या मुली छोटी चड्डी घालून खेळात उतरल्या की भलतीच शारीरिक हुरहूर लावून जात.

पण हे सगळे दिवस तसेच गेले. समोर झुलणारं तारुण्यविश्व उन्मादक पण मुक्या शरीरानं अनुभवता अनुभवता ठणठणीतच राहिलो... एवढं पाहून उपाशी.

दिवस पालटले. नोकरी केली. जीवनाच्या निसरड्या उतरणीवर स्थिर झालो... स्थिर झालो तसं लग्न करू वाटू लागलं... आत्मपरीक्षण केलं नि अधिकृत लग्नाचा विचार नक्की केला. प्रेम कुठं जमण्यासारखं नव्हतं. एका जवळच्या व्यक्तीजवळ बोललो,

"लग्न करण्याचा विचार आहे."

"मग मुली पाहायला सुरुवात कर."

"खरं सांगू, अशा रीतीनं पाहण्यावर माझा विश्वास नाही."

खूप मुली पाहिल्या होत्या, पण पत्नी म्हणून एकही योग्य आहे असं वाटत नव्हतं,

"मग प्रेम करायला शीक."

"तेही माझ्या स्वभावात नाही...ह्या वयात मुली फार अल्लड वाटतात. प्रेम म्हणजे काय हे कळायच्या अगोदरच प्रेमविवाह करून मोकळ्या होतात."

"मग कसं लग्न व्हायचं तुझं?"

"मला वाटतं, तुमच्या पाहण्यातली, माझ्या स्वभावाला जुळेल अशी एखादी मुलगी तुम्ही पाहावी... गाणारी असेल तर मला अधिक आवडेल."

"बरं."

पण या 'बरं' नंतर वर्षभर काहीच घडलं नाही. वर्ष मात्र वाया गेलं.

मग येतील तशा मुली पाहायला सुरुवात केली... हळूहळू मुली पाहण्याची चटकच लागली. मुली धडधडीत समोर बसवून उघड्या डोळ्यांनी पाहण्याचा हा प्रकार बरा आहे, त्यात रुबाबही आहे असं दिसून आलं.

एक सकाळ छान उजाडली. ऑफिसातल्या पत्त्यावर एक पत्र आलं. त्यांना माझा पत्ता कुणी दिला होता ते कळलंच नाही. पहिल्यांदाच मुलगी पाहायला निघालो. चौकशी करत करत एका घरात शिरलो. परस्पर-परिचय झाला. अगोदर भरपूर खाणं-पिणं झालं नि 'मुलगी अजून कशी दाखवत नाहीत' याची उत्सुकता वाढून शिगेला पोचल्यावर मग नटूनथटून एक मुलगी बाहेर आली. नमस्कार करून समोर बसली.

...मी आतल्या आत हबकून गेलो. माझ्याविषयी या मंडळींनी काय कल्पना करून घेऊन मला मुलगी दाखविली असेल, याची कल्पना करून मी खट्टू झालो. माझा आतल्या आत कुठंतरी अपमान झाला आहे असं वाटू लागलं.

त्या मुलीनं भयानक गडद रंगाची लिपस्टिक लावली होती. भुवया खोडून कोरलेल्या नि त्यावर काळसर रंग चढवलेला. गालावर गुलाबी रंगोटी करून त्यावर पावडर फासलेली. डोळ्यांच्या कडांना कृत्रिम आकार देणारे काजळ, ओठावरचा रंग ओला आहे त्याला हात लावू नये, एवढेच नव्हे तर जन्मात कधी त्या रंगाला ओठही लावू नयेत इतके ते ताज्या वार्निशसारखे तेलकट दिसत होते. डोक्याच्या केसांना तेल नाही. पदरही नाही. हे असं का? याचं उत्तर शोधत मी मूकस्तंभासारखा गप्पच बसून राहिलो.

"काही विचारायचं असेल तर विचारा ना." मुलीच्या बापानं मला विचारलं.

"नाही; तसं काही विचारायचं नाही." मी भानावर येऊन बोललो. खरं म्हणजे 'हे सगळं असं का केलंय' असा मूलभूत प्रश्न विचारूनच सगळं कोडं

सोडवून घ्यावं असं वाटलं. पण तो मनातच ठेवून मी काहीतरी वेळ मारून नेण्यासाठी औपचारिक प्रश्न विचारून मोकळा झालो. "बरं, येतो मी. तुम्हाला पत्र पाठवीन" असं सांगून पायात बूट घातले नि काढता पाय घेतला.

...दुसरा अनुभव त्याच्या अगदी उलट. मी राहत होतो त्याच गल्लीत एक हेडक्लार्क राहायला आले होते. त्यांची मुलगी लग्नाची होती. इंग्रजी घेऊन बी. ए. ऑनर्स झालेली. कोल्हापुराला सरकारी नोकरीत. तिला सावत्र आई होती. तिच्या वडिलांना मी लग्न करणार आहे असं कळलं असावं नि त्यांनी माझ्याशी मैत्री वाढविली.

"आज आमच्याकडे जेवायला या." एक दिवस ते सहज म्हणाले.

"का? काही विशेष?" माझी उत्सुकता.

"विशेष काही नाही. आज मलाही सुटी आहे. निवांतपणे तेवढ्याच गप्पा मारता येतील... अणि आमच्या मिसेस्ना तुमचं विशेष कौतुक वाटतं."

मी आश्चर्यचकित झालो. त्यांची मिसेस् मी काळी का गोरी ती पाहिलीही नव्हती. त्यांना माझं कारण नसताना का कौतुक वाटावं, हेही कळेना.

"माझं कौतुक?" कौतुकानंच मीही विचारलं.

"हां..."

"आणि ते असण्याचं काय कारण?"

"अहो, तुम्ही स्वावलंबनानं शिकलात, नोकरी करून सलग क्लास मिळवत एम. ए. पर्यंत गेलात; याचं तिला फार कौतुक आहे. सुलूला पण ती हेच सांगते."

"सुलू कोण?"

"माझी मुलगी. कोल्हापूरला असते सर्व्हिसला. हुशार आहे. इंग्रजी घेऊन बी. ए. झाली आहे. आम्ही म्हणतो नोकरी करत करत एम. ए. हो. बघू आता काय करती ते."

शेवटी मी जेवायला गेलो. गप्पा झाल्या. अवांतर बोलणी झाली. त्यांच्या मिसेस्नी कौतुक वगैरे केलं.

पुढे आठ-दहा दिवसांनी बोलता बोलता सहज उल्लेख निघाला.

"तुमचा लग्नाचा विचार आहे तर आमच्या सुलूला का पहात नाही तुम्ही?"

मी एकदम चमकलो. त्यांच्याकडे पाहू लागलो.

"पण तुम्ही..."

"आम्ही सारस्वत. पण आजच्या युगात एवढा नाही मी जातीचा विचार करत... तुम्हाला जातीचे काही वाटत नाही ना?" ते युगाची भाषा बोलू लागले.

"छे छे! मला तसं काही वाटत नाही."

...काहीतरी बोलणी होऊन मला घोड्यावर बसवलं गेलं नि मी एक दिवस सुलूला पाहिले. सुलूला पाहिले पण सुलूचा त्याला काही इलाज नव्हता. ती

शक्य तेवढी हाडकुळी होती. तिचे पुढचेच दोन दात किडलेले होते. अंगावर काहीच कांती नव्हती. पातळ मात्र छान होतं, पण आता माझं तिकडं मुळीच लक्ष नव्हतं... तिने मला नि माझ्या मित्राला पोहे दिले, चहा दिला. आपल्या बारीक बारीक हातानं सुपारी दिली. हसतमुखानं बोलली. दोन्ही हातांनी औचित्यपूर्ण नमस्कार केला. पण आवाज आजारी माणसासारखा होता. एखाद्या वेळेस आता ती वाऱ्यानं उडेल अशी भीती वाटत होती. तिला आता किंवा आणखी एका क्षणात टी. बी. होईल; किंवा झालाही असेल अशी सुलू. तिच्याविषयी सहानुभूती वाटून मी परत निघून आलो.

चार दिवसांनी तिच्या वडिलांना ते खोलीवर आले असताना सौम्यपणे माझ्याकडेच दोष घेऊन नकार कळविला. ते डोळ्यांतून पाणी ढाळू लागले नि माझ्या काळजात गलबललं. क्षणभर वाटलं की त्यांना होकार द्यावा. पण प्रत्यक्ष बोलणं अशक्य होतं. त्यांनी आपला सगळा सुखदुःखाचा इतिहास सांगितला नि खाली मान घालून ते निघून गेले. त्यानंतर पुन्हा कधी आले नाहीत. रस्त्यात भेटतील तेव्हा नमस्कार करून पुढे निघून जात.

आणखी एक असाच काहीसा सहानुभूती निर्माण करणारा प्रसंग. एके दिवशी एका मित्राचं पत्र आलं. अमुक अमुक स्थळ आहे, मुलगी बी. ए.ला आहे, गाणारी आहे, बी. ए.ला तिचा गायन हाच विषय आहे. तुला हवं तसं स्थळ आहे, तू अवश्य ये.

मी गेलो. मुलगी पाहिली. काही थाटमाट नव्हता. अगदी साधेपणानं सगळं पाहणं-बोलणं झालं. आई विधवा होत्या. एका पायानं किंचित् लंगड्या चालत. स्वतःचा बंगला होता. शेजारी तीन खोल्यांत स्वतंत्रपणे एक बिऱ्हाड राहत होतं. त्याचं भाडं. शिवाय काही शिल्लक. शिवाय काही उत्पन्न. सगळ्या दृष्टींनी मुलगी ठीक होती. रूपानं फार नसली तरी स्वभावानं शांत. तीच सगळं चहापाणी करत होती, देत होती. बराच वेळ मी गप्प बसल्यावर तिची आई म्हणाली, "गाऊन दाखवू दे का?"

"माझी काही हरकत नाही. पण गाऊन दाखविलंच पाहिजे असं काही नाही."

माझा कल लक्षात घेऊन आईनं मुलीला गायला सांगितलं.

...सौम्यपणे ती गायिली. स्वभावावर संथ शांतपणा होता. ती आवडली.

बंगला भकास शांत. आई विधवा. एका पायानं पंगू. मुलगी शांत, सौम्य स्वभावाची गाणारी. सगळंच वातावरण मन भरून आणणारं होतं. मी तिथंच सौम्य होकार दिला. आईनं मग आपल्या अपेक्षा सांगितल्या... मी बाहेरगावची नोकरी सोडून पुण्यातली नोकरी पत्करली पाहिजे. कारण मुलीला बाहेर कुठं जाता येणं शक्य नव्हतं. आई पांगळी होती. बंगला मुलीच्या मालकीचा राहील.

मी तिथंच जाऊन राहायचं. आईनं मरेपर्यंत मुलीपाशीच राहायचं... त्या अपेक्षा ऐकून मी काहीसा खट्टू झालो. नंतर कळवितो म्हणून बाहेर पडलो... सहानुभूती आणि प्रेम दोन्हीही वाटत होतं. पण मीच कुठंतरी 'सासरी' जाऊन नांदायचं आहे, अशा भावनेनं पुरुषीपणा जागा झाला नि तिकडं दुर्लक्ष करून दुसऱ्या मुलींच्या नादी लागलो.

एक दोन चमत्कारिक प्रसंगही घडले. मित्र आणि मी रस्त्यानं चाललो होतो. रस्त्यात त्यानं एक मुलगी दुरून दाखविली.

"ही मुलगी पाहिलीस?"

मी ती पाहिली.

"कशी काय वाटली?"

"ठीक आहे की."

"मग करणार लग्न?"

"म्हणजे?"

"म्हणजे काय, मुलगी पसंत आहे तर तिला आपण मागणी घालू. ती लग्नाची आहे. माझ्या मित्राच्या परिचयाचे ते लोक आहेत. त्यांनी स्थळ बघायला सांगितलयं."

"छान! म्हणजे मुलगी पाहणं म्हणजे शिकार पाहणं असं तुला वाटतंय का काय?"

यापेक्षा दुसरा एक अनुभव मजेशीर आहे. आमच्या ऑफिसमध्येच आमच्या बॉसच्या मिसेस् आणि त्यांच्याबरोबर एक बॉबकट् केलेली मुलगी आली. बॉसच्या मिसेस् कोल्हापूरच्या. माझं बहुतेक शिक्षण कोल्हापूरला झालेलं. बॉसही काही काळ कोल्हापूरवासी होते. त्यामुळं परिचय वाढलेला. बॉसच्या मिसेस् एकदम टेबलासमोरच आल्या.

"काय चाललंय?" हसतमुखानं त्यांनी विचारलं.

"अरे, तुम्ही इकडं कशा?"

"सहज आले होते. यांच्याकडं थोडं अर्जंट काम होतं. ही माझी बहीण नलिनी, कोल्हापूरला असते."

"नमस्ते!... बसा ना तुम्ही."

दोन्हीही मंडळी टेबलासमोरच्याच खुर्च्यांवर चक्क बसली. माझी कॉलर ताठ. बॉसची मिसेस् माझ्या टेबलासमोर... मी गप्पा मारल्या. दहा एक मिनिटं गप्पा मारल्यावर त्या निघून गेल्या.

पुढं सहा महिन्यांनी नलिनीचं लग्न झाल्यावर मला ऑफिसमधील एका मध्यमवयस्क गृहस्थांनी सांगितलं की 'नलिनी तुम्हाला पाहायला आली होती.' एवढं ते म्हणाले. त्यांनी न उच्चारलेलं वाक्य 'आणि तिनं तुम्हाला नापसंत

केलं' असं होतं; हे मनोमन मला पटून माझा अगदी चोथा झाला.

मध्यंतरी मला काकू शोभेल अशी एक जाडीजुडी मुलगी दाखविली. पण त्याचं मला काही वाटलं नाही. तो एक अपघात होता. पण एकदा गफलतीनं मीच एका मुलीला दाखवायला गेलो होतो. म्हणजे नेमका उलटा प्रकार घडून आला... मुलगी एका मोठ्या कंपनीत रिसेप्शनिस्ट होती. नाक जाग्यावर दिसत नव्हतं, पण सर्व ऐट जिथल्या तिथं होती. तिला वाटलं असावं की केवळ ती रिसेप्शनिस्ट आहे म्हणूनच मी तिला पाहायला आलो आहे... घरी गेल्यावर तिनंच प्रथम माझं किंचित लवून नमस्कारासह स्वागत केलं. माझ्याबरोबर एक मित्र होता तो बहुधा माझ्यापेक्षा स्मार्ट दिसत असावा. ''आपणच का यादव?'' तिनं त्याच्याकडं पाहात किंचित हसतमुखानं प्रश्न केला.

''मी यादव.'' मी जवळ जवळ पडल्या चेहऱ्यानं किंचित हसतमुख होऊन म्हटलं. मित्रानंही माझ्याकडं बोट दाखविलं.

''ओऽ! सॉरी. बसा.''

आम्ही- विशेषत: मी किंचित लाजत, संकोचून बसलो.

''आताच आपण सोलापूरहून आलात?''

''हो. सकाळी पहिल्या गाडीनं आलो.''

''प्रवास ठीक झाला ना?''

''हो.'' मला आणखी अवघडलं.

''तिथं कोणत्या कॉलेजला?''

मी अवघडल्या अवस्थेतच कॉलेजचं नाव सांगितलं.

''आणि विषय?''

''विषय मराठी. लिहिला होता की पत्रात.''

''हो हो! लिहिला होता.''

''तुम्हाला पुण्याला नाही का सर्व्हिस करता येणार?''

''येईल की.''

''सिटीलाईफ म्हणून केव्हाही पुणे-मुंबई बरं, नाही का?... तुम्हाला काय वाटतं?''

''बरोबर आहे.'' मला घाम येऊ लागला होता... बोलणं बरंच वाढेल तशी माझी उत्तरं संक्षिप्त संक्षिप्त होत 'हो, नाही!' इथपर्यंत आली. तिचे वडील मधूनच डोकावून मला बघून गेले. तिच्या आईनं तिच्याजवळ कांदापोह्यांचा ट्रे आणून दिला नि मला बघून ती निघून गेली. मुलीनं मला, माझ्या मित्राला पोहे दिले... माझं तोंड पुरेपूर बंद करायला संधी मिळाली. मित्रालाच मी कोपर डिवचला नि तिची चौकशी करायला सांगितलं. त्यानं ढोबळ चौकशी केली.

पण त्या चौकशीतून मित्राचीच उलट चौकशी झाली... आम्ही कसाबसा चहा घेऊन उठलो. रस्त्याला लागल्यावर जवळ जवळ पळत जाऊन मी रिक्षा गाठली... अशाही मुली जगात असतात, असं मनाशी म्हणत एक विलक्षण अनुभव घेतल्यानं माझं धाबं धडधडत होतं.

शेवटी पुण्याच्या एका मित्राच्या मित्राची बहीण पसंत केली. देखणी होती. शिकलेली. गाता येत नव्हतं एवढी अपेक्षा सोडली तर सगळ्या अपेक्षा पूर्ण झाल्यासारख्या वाटल्या. त्यातल्या त्यात सातारची होती म्हणून विशेष मनात भरली... कळवून टाकलं. त्यांचीही पसंती झाली. बाकीच्या माझ्या फारशा काही अपेक्षा नसल्यानं जवळ जवळ ठरल्यासारखं झालं. पत्रानंच सगळ्या गोष्टी झाल्या नि मी आमच्या घरी वाङ्निश्चयासाठी पत्रव्यवहार सुरू केला.

दरम्यान आणखी एक मुलगी सांगून आली. वाटलं आली आहे तर पाहून टाकावं. शनिवार आहे, तेवढीच ट्रीप होईल. चहाचिवड्यावर ताव मारायला मिळेल. गेलो.

मुलीच्या बापानं स्वागत केलं. श्रीमंत होता. पण दीनवाणा वाटत होता. मला मोठी गंमत वाटली. श्रीमंत माणसं दीनवाणी होतात, किंवा असतात याची कल्पनाच मी कधी केली नव्हती. भरपूर खायला मिळालं. मी मनोमन एक मुलगी पसंत करूनही ही मुलगी एक शौक म्हणून पाहायला आलो होतो, म्हणून तर मग तिच्या बापाला मी अधिकच दीनवाणा करून टाकणार होतो आणि मला त्यात गंमतच वाटत होती. मुलगीही काही वाईट नव्हती. अगोदरच्या मुलीच्या अगोदर हिला पाहिली असती तर एकदम पसंतही करून टाकली असती. पण ऐटबाजपणे मी निघून आलो नि उपचार म्हणून पण आतल्या आत दीनवाण्याची गंमत करायची म्हणून सभ्य नकार देऊन टाकला.

पंधरा एक दिवस गेल्यावर सातारहून एका अपरिचित माणसाचं पत्र आलं... त्यात त्यानं सातारच्या मुलीचा प्रेमाचा धडा वाचला होता. पुरावे दिले होते. ही मुलगी गल्लीतल्या पोरांना कशी 'घुमवते' हे सांगितलं होतं. हवे असल्यास चूपचाप सातारला या, पत्रे दाखवितो; असं लिहिलं होतं. त्यानं स्वतःनं तर तिची चुंबनालिंगनं घेतलेली. असली मुलगी पत्करणे माझ्या जिवावर आलं. मी काही कारणं सांगून नकार देऊन टाकला.

मन खट्टू झालं. पाहिलेली सुंदर मुलगी अशी निघावी याचं वाईट वाटलं... माझी पारखच चुकली. मी नुसत्याच रंगाच्या, शरीराच्या घाटाच्या सौंदर्याला भाळून मुली पाहिल्या. ही मुलगी वरून सुंदर, पण आतून? आतून थिल्लर, उथळ, पोरांना नादी लावणारी. तरुणपणातले चंचल चाळे करणारी.

...पण हे तरी खरं का? तिनं त्या पोराला फसवलं असेल? का म्हणून

ती फसवणार?... आई-वडिलांच्या इच्छेखातर तर ती या दाखवण्याच्या बाजारात उतरली नसेल? मनातल्या प्रेमाच्या भावना तिनं मनात दडपून टाकल्या असतील... दुबळ्या मुलींना नाहीतरी आपल्या समाजात काय करता येणार आहे?

...माझं तरी काय झालं? एम. एला. असताना कितीतरी मुलींच्याविषयी मनात जिव्हाळा, प्रेम, स्नेह उत्पन्न झाला. अनेकींचे गुण मनाला ओढ लावणारे होते. त्यांतल्या कुणाजवळच आपण काही बोलून दाखविलं नाही. तसं कधी जवळ आलोच नाही. खरे तर उभयपक्षी याची गरज होती. उभयही पक्षाला असं वाटत असलं पाहिजे. तरी मनं जवळ आली नाहीत... त्या भावना तशाच ठेवून मी मुली पाहण्याच्या बाजारात उतरलो. प्रतिष्ठितपणे मुली पाहिल्या.

या मुली पाहिल्या म्हणजे मी नेमकं काय पाहिलं?... काहीही पाहिलं नाही. काय पाहत होतो माझं मलाही कळलं नाही. एक शौक म्हणून मी मुली पाहण्याच्या कार्यक्रमाला हजर राहत होतो. फोटो पाहत होतो, घर न्याहाळत होतो, मांडणी पाहत होतो. येणारा चहा-चिवडा, केळी, द्राक्षे यांची मेजवानी झोडत होतो... समोर येणाऱ्या मुलीचे रूप निरखत होतो. तिचा रंग, तिचं शरीर, तिच्या शरीरावरचे ठराविक अवयव, त्यांचा आकार, तिचे केस, तिचे डोळे, तिचं बोलणं, तिचं गाणं... हे पाहणं म्हणजेच मुलगी पाहणं. या पलीकडे काय पाहायचं असतं मुलींना?

अधूनमधून गंमतीचे विचार येत. मुलगी आईसारखी दिसत असेल तर वाटायचं, आज अशी दिसणारी ही मुलगी उतारवयात अशी आईसारखी दिसेल...दोन्ही मॉडेल्स आपल्यासमोर आहेतच... अशी आईसारखी आपली बायको दिसणे आपणास आवडणार नाही. सबब नापसंत. बापासारखी दिसत असेल तर त्या अनुषंगाने तसाच विचार.

मोठ्या ऐटीनं हे कार्यक्रम उरकत होतो. मुलगी पाहायला गेलो की माझी मलाच एक धुंदी यायची. पायरी चढताना पायातला बूट ताठ व्हायचा. कॉलर उभार व्हायची. रुमाल ठाकठीक करून ठेवायचा. तोंड पुसून प्रौढपणा आणून आत जायचो... असा हा मुलगी पाहणारा मी... खरे म्हणजे मी एक नर एक मादी पाहायला बाहेर पडत होतो. तिला पाहून माझ्या गुहेत आणायची की नाही हे ठरवीत होतो.

आता लग्नानंतर, संसारी जीवन जगत असतानाही मुली पाहतो. मुली दाखवण्याच्या कार्यक्रमालाही अधून-मधून हजर राहतो... घाटदार,तरुण, देखण्या, नाजुक नटलेल्या अनेक मुली पाहतो... तरीही मन उन्मादक होत नाही.

मुली पाहिल्याचे प्रसंग आठवतात. वाटते, आपण फक्त त्यावेळी मुखवटेच पाहिले. मुखवट्यांपलीकडे काही पाहूच शकलो नाही... आत मुखवट्यापलीकडची

चाहूल लागते. या सुंदर डामडौलापाठीमागं त्या मुलींची एक करुण मूर्ती उभी राहते. मन मारून ती उभी असते. समोर पाहायला आलेला पुरुष कोण, हे फक्त तिला कागदोपत्री कळलेलं असतं. तिच्या भावना कुठंतरी गुंतलेल्या असतात. मनात काहीतरी स्वप्नं फुलवून ती जगू पाहत असते. पण अशा असाहाय प्रसंगी हे सर्व पाठीमागं ठेवून भेदरलेल्या हरिणीसारखी ती एका अनोळखी शिकाऱ्यापुढं उभी राहिलेली असते. वाटलंच तर त्यानं तिला दोरी बांधून न्यावी. त्याच्या पुरुषत्वाची पराक्रमी सुरी तिच्या गळ्यावरून फिरण्यातच तिला धन्यता. 'कसंही करून मला पदरात घ्या आणि माझं स्वातंत्र्य संपवा' हेच तिचं मागणं. तिच्या जन्मदात्याचंही तेच मागणं. आणि 'हे तुमचं मागणं पूर्ण करायला मी तरुण परमेश्वर आलो आहे.' म्हणून 'मी'ची धुंदी आणि ऐट. पण हे 'मी'च्या बरंच मर्जीवर अवलंबून असतं.

मनोमन नकार देऊन जेव्हा हा तरुण परत निघतो त्यावेळी त्याच्या पाठोपाठ जणू एक करुण मूर्ती धावत असते... मला नाही म्हणू नका, मी तुमच्या म्हणण्याप्रमाणे वागेन, फॅशन करीन, तुमच्यासाठी नटेन, मुरडेन, तुमच्या तालावर नाचेन, तुमच्या हव्या त्या सुखासाठी मी सगळे सुखाने करीन.

आज त्या डोळ्यांतील काजळाच्या पाठीमागं, लिपस्टिक पावडरी, सुंदर केसांची फॅशन, तंग पोशाख यांच्या पाठीमागं मला तीच करुण मूर्ती दिसते.

नोकरी करणाऱ्या अविवाहित तरुण मुलींच्या 'निवासात' आज मुली पाहिल्यावर तर माझ्या अंगावर एक अनामिक शहारा येतो... शहरातील जीवघेणी स्पर्धा. या स्पर्धेत स्त्रियांचं सौंदर्यही येऊन पडलेलं. रूप हवं. सुंदर सुंदर मालाचा या स्पर्धेत प्रथम उठाव होतो. कमी सुंदर आणि साधारण माल पाठीमागं पडतो... आयुष्याचा सूर्य कलत चालला तरी या मालाला वाटतं आपला उठाव होईल, आपण ठाकठीक राहू या. आज ना उद्या आपलं संसारस्वप्न फुलेल... पण संध्याकाळ जवळ येत चाललेली असते याची कल्पनाच यांना नसते. नसते तेच बरं आहे. नाही तरी त्या काय करणार? प्रत्यक्षात नसलेल्या त्या वेटिंग लिस्टवर आपली नावं आहेत, असं त्यांना मनोमन वाटत असतं. हे वाटणं दोन दिवस जगायला बरंही असतं आणि हीच तर तिची मोठी शोकांतिका असते.

अशा मुली पाहताना आज डोळे फाटतात. एक सुंदर पण शेवट भयानक असलेलं स्त्रीत्व पाहतो आहे असं वाटतं. अशा प्रौढ कुमारिका लग्नाशिवायच्या आजन्म विधवाच नाही का?... पुरुषजन्माला दोष देत मी घरी जातो. माझ्या लहानग्या मुलीला खेळताना पाहतो. हळूच जवळ घेतो. कुरवाळतो, गोंजारतो आणि भविष्यात लांबवर पाहत बसतो.

◆

तुझ्या डोळ्यातलं काजळ!

मित्र आणि मी अनेक दिवसांनी भेटत आहोत. अपेक्षेप्रमाणे गप्पा रंगत आहेत. औरंगाबादच्या आठवणी निघत आहेत... मला आवडणारं गाव. माहेरासारखं वाटणारं. अनेक वेळा तिथं जाऊन आलेलो. औरंगाबाद का आवडतं हे सांगण्याचा मी प्रयत्न करीत आहे. अनेक मित्र तिथं आहेत; एवढं कारण मला पुरेसं वाटत नाही. मी मनात आणखी खोल डोकावण्याचा प्रयत्न करीत आहे.

...माझ्या लक्षात येत आहे की मी त्या गावी नेहमी संध्याकाळी सहा-सातच्या सुमारास जाऊन पोचत असतो. शहागंजच्या स्टॉपवर उतरत असतो. सायंकाळच्या सावल्यात, रेंगाळत सांडणाऱ्या झाडांवरील किरणात, सपाटीवर पसरलेलं, बैठ्या वास्तूंना झाडांनी शोभा देणारं गाव तेथून दिसत असतं. झाडं मुग्ध शांत. इतिहासाच्या आठवणी जोपासणाऱ्या पांढऱ्या वास्तू स्वप्नाळूपणे उभ्या. धूसर अंधारात सर्व विलीन करून घ्यायला उत्सुक झालेलं वरचं आकाश... माझ्या स्वच्छंदी वृत्ती जाग्या होतात. म्हणूनही मला औरंगाबाद आवडत असेल.

मनात आणखी खोल खोल उतरत मी जात आहे. आता फक्त मनासमोर पांढऱ्या वास्तू. औरंगजेबाचे कुठले तरी एक उद्यान. त्याच्या वास्तव्याची जागा. शेजारच्या एका गावी त्याची निवांत साधी कबर. साध्या राहणीबद्दल त्याला वाटणारं प्रेम. बिबीका मकबरा. त्याची जवळून एकाच वेळी अनुभवाला येणारी भव्यता आणि नजाकत. किल्ल्याच्या बुरुजांनी, संरक्षणासाठी बांधलेल्या वाकड्यातिकड्या सरपटत लांबवर पसरलेल्या तटांनी, त्याच्या कमानींनी, देवड्यांनी, चिंचोळया झरोक्यांनी, भक्कम दगड-विटांनी, प्रचंड वेशींनी, तिच्यावरील नगारखान्यांनी नि खालच्या विराट दरवाजांनी, त्यावरील वीतवीतभरच्या अजून टोकदार राहिलेल्या खिळ्यांनी, अभंग राहिलेल्या नालाकार लोखंडी पट्ट्यांनी आपले ऐतिहासिक

व्यक्तिमत्त्व जोपासणारी नगरी. पांढऱ्या शुभ्र प्रशांत मशिदी, मुस्लीम संस्कृतीच्या वारशाची आठवण देणारे मुहल्ले, मंडी, पुरा, गंज या सारख्या उर्दू नावांनी ओळखले जाणारे गावातील विभाग... सगळा मोंगलकालीन इतिहास जागा होतो.

त्यांच्या संस्कृतीतील नबाबी थाट, बादशाही डौल आठवतो. त्यांचे संगीत, गायकी, नृत्य, कलासक्ती, सौंदर्यासक्ती, प्रेमी जीवनाचा मनसोक्त आस्वाद घेणारी शेरशायरी, तिच्या डोळ्यांतील मादक उन्मादक मोहब्बतीचं काजळ. 'खैरात' मधील दानत, 'आप' मधील आदब, 'खुदा हाफिज' मधील मनाची श्रद्धा, 'तसलीम'मधील दुसऱ्याला मानणारी इन्सानियत वृत्ती, मोहक ओढणीतील खानदानी प्यार आणि या सर्वांतून वाहणारे परंपरेचे जिवंत स्रोत. . .

मी मित्राबरोबर बोलत असतो, 'तुम्ही काहीही म्हणा; इस्लामच्या अनुयायांनी आपल्यावर राज्य केलं, ते आपले जेते आहेत, त्यांनी आपला धर्म बुडविण्याचा प्रयत्न केला, आपले अनेक लोक बाटवले, त्याची कायमची खोल सल आपल्या मनात आहे. म्हणून त्यांच्या संस्कृतीला, तिच्यातील चांगुलपणाच्या भागाला आपण अजूनही नीट समजून घेऊ शकलो नाही. त्यांच्या निष्ठातील चिवटपणा, त्यांची रसिकता, उद्दाम कलासक्ती, त्यांची अत्तरं, त्यांचे संगीतकार, गायक, नट, कलावंत, त्यांचे 'खाँसाहेब' आपल्यात कुठं आहेत? यांतून दिसून येणारी उत्कट जीवनासक्ती खरोखर आपल्या परंपरेत आहे का! त्यांच्या संस्कृतीचे ताजमहाल आपण नीट समजून घेतले पाहिजेत. माणूस म्हणून त्यांच्याशी जवळीक साधल्याशिवाय हे शक्य नाही.' ...मी अखंड बोलतो. औरंगाबादला गेल्यावर या सर्वांमुळं माझ्या मनात एक मोहळ घोंगावतं. त्या संस्कृतीला सामोरं जायला सांगतं. तिचं प्रतीक म्हणून कदाचित मला औरंगाबाद आवडत असेल. इतिहासात गोठून तसंच आपणाला जपत राहिलेलं ते एक गाव आहे. ...बोलत असताना मन कुठं तरी हुरहुरत असतं.

आंथरुणावर अंधारात आडवा होतो. मनात अजूनही औरंगाबाद जागं... मी आणखी खोल उतरता येतं का पाहतो. तरल तंद्री लागलेली असते.

...औरंगाबादचा प्रवास सुरू होतो. संध्याकाळच्या त्या रेंगाळणाऱ्या मंद-तेज किरणात मी बसमधून उतरतो आणि असा जायला निघतो तर समोर तू उभी. माझ्या आवडत्या नारिंगी रंगाची झुळझुळीत साडी, भरदार अंगाला उठाव देणारा तसाच ब्लाऊझ परिधान करून तू उभी असतेस. तुझ्या केतकी रंगाला या वस्त्रांनी सोनचाफ्याची कळा येते, हे तुला ठाऊक आहे.

तुला पाहून मी आश्चर्यप्रश्नांकित उभा.

"चला." गोड जलतरंगी आवाजातील तुझा शब्द. ओठांवर मंद हास्य.

"तू इथं कशी?"

"कशी म्हणजे? इथंच असते मी."

"मला माहीत नव्हतं."

मी तुझ्या डोळ्यांवर डोळे ठेवून एकटक बघत राहतो. काळेभोर डोळे नेहमीच मला खिळवून टाकणारे. नेहमीच मी ते ओठी लावून पितो. तुझे हे नुसते डोळे खरं तर फार मोहक दिसणारे. काळ्याभोर पापण्यांच्या कमानींनी त्यांना कोंदणाची शोभा आलेली. असं असूनही तू काजळ घालण्याचा अट्टाहास करतेस. का कुणास ठाऊक बहुतेक वेळी तुला काजळ नीट घालता येत नाही. कडा अगदी माखून काढतेस.

मी हळूच म्हणतो, "काजळ फार घातलंस."

तुझे डोळे खाली पडतात. मान अधोमुखी होते. मग हळूच बघत म्हणतेस, "फार झालंय?"

"नको इतकं."

"मग थोडं घेऊन जा. बस्स?"

"अलबत. निदान तुझ्या डोळ्यांतलं थोडं कमी व्हावं म्हणून तरी मला काढून घेतलं पाहिजे."

"मग घ्याच तर." तरारून विकासलेल्या कमळासारखे तू डोळे फुलवतेस नि माझ्याकडं किंचित मान झुकवतेस.

हात वर करून मी अनामिकेनं काजळ काढू पाहतो. माझ्या लक्षात येतं की तू माझ्याहून उंच आहेस. माझा हात तुझ्या डोळ्यांपर्यंत पोचत नाही. मी टाचा वर करतो. तुला बिलगून तसूभर उंची वाढते का पाहतो. तुझ्या नितळ अंगाचा नेहमीचा मंद मादक सुगंध माझ्या नाकात शिरत असतो; तरी तिकडं माझं भान नसतं. कारण तुझ्या डोळ्याला माझं बोट स्पर्शच करू शकत नाही. मी तुला अधिक बिलगून उंचावण्याचा प्रयत्न करतो... सगळं व्यर्थ. माझ्या ध्यानात येतं की तू उंच उंच होत चालली आहेस. निशिगंधाच्या फुलासारखी उमलत शिल्प झाली आहेस. आणि शरीर संगमरवरासारखं पांढरंशुभ्र शीतलस्पर्शी होत आहे. किती प्रचंड उंच झालीस तू! तुझ्यापुढं मी गलिव्हरच्या सफरीतील दोन इंची माणसासारखा चिमुकला.

मी नकळत तुझ्या अंगावर चढत आहे. डोळ्यांच्या दिशेनं कमरेवरून, कमरेजवळच्या वळ्यांवरून, छातीवरच्या उंचवट्यावरून, हनुवटीला स्पर्शत ओठांवरून, नीटस नाकाला धरत, उठावदार नाकपुड्यांवरून डोळ्यांकडं प्रवासत आहे. तू स्थिर. मी फुलपाखराच्या पावलांनी तुझ्या अंगाला गुदगुल्या करत वर सरकणारा.

भव्य डौलदार कमानीसारखा दिसणारा तुझा डोळा. मी खालच्या पापणीवर उभा. काळ्याभोर बुबुळामध्ये आत सकाळची स्वच्छ उन्हं पसरली आहेत. पाहता पाहता तुझं बुबूळ अलगद गुहेच्या तिळासारखं वर उघडतं नि मी आत जातो... ...टवटवीत तांबड्या रंगाची स्थानिक बस अलगद येऊन थांबते. "यायचं का?" कंडक्टर विचारतो नि मी धावत जाऊन ती पकडतो. तिच्यात बसून शहरात मित्राकडं जातो.

जेवणं झाल्यावर मित्राला सांगतो मला औरंगाबाद पाहायचं आहे. तो नि मी उन्हं उतरणीला लागल्यावर बाहेर पडतो.

...हिरवळीचं एक सपाट मैदान. त्या मैदानात दिसणारी वर घुमट असलेली, चबुतऱ्यावर बांधलेली चार भिंतीची पांढरी वास्तू एकटीच मूकपणे उभी. ती पाहण्यासाठी हिरवळीवरून मी वास्तूच्या दाराशी येतो तर दाराजवळ तू बसलेली. पांढरीशुभ्र सलवार, पांढराशुभ्र खमीस. त्यावर तशीच शुभ्र झुळझुळीत, चमकी लावलेली ओढणी. असा पांढराशुभ्र पोशाख तुझ्या अंगावर मी कधीच पाहिला नव्हता. धार्मिक एकाग्रतेनं तू काही तरी वाचत आहेतस.

"अरे! तू इथं कशी?"

"म्हणजे? मी इथंच असते."

"काय वाचते आहेस?"

"माझ्या आवडीचा ग्रंथ."

"ही कसली वास्तू आहे?"

"हे नुरूद्दीनचं स्मारक. पंधराव्या शतकात तो लढता लढता मरण पावला. मोठा बहाद्दूर आणि धाडसी होता. त्याची यादगार म्हणून हा घुमट बांधला आहे. हे त्याचं चित्र." उठून तू भिंतीवरचं एक चित्र दाखवतेस. जाता जाता ऊददानात ऊद सोडतेस. धूर होतो. कुंद वासाने घुमट भरून जातो. मी दोन-चार पावलं तुझ्याबरोबर हिंडतो नि जायला निघतो.

जाताना तू एका पांढऱ्याशुभ्र रुमालातील खडीसारखरेचे स्फटिकासारखे पांढरेशुभ्र खडे आपल्या लांबट पातळ बोटांनी माझ्या तळव्यावर ठेवतेस. बोटांचा शीतळ स्पर्श हातातून वर शिवशिवत जातो.

...मी रस्त्यानं जात आहे. तुझ्या चेहऱ्यामोहऱ्याच्या तीन-चार मुली रंगीत झुब्बेदार पोशाख घालून समोरून येत आहेत. स्वत:ला उधळत, खिदळत माझ्याकडं बघत जवळून निघून जात आहेत. तुझ्या भावंडांसारख्या किंवा तुझीच बालरूपं वाटणाऱ्या त्या बालपऱ्या क्षणभरातच नाहीशाही होतात... मी गोंधळल्यासारखा होऊन पुढं चालू लागतो.

एक मशीद. उंचावर उभा राहून बांग देणाऱ्या फकिराची तान कानात

शिरते. मी थबकतो.

"चला, मशिदीत जाऊ."

"चला."

आत कुणी तरी एकुलता एक ढगासारख्या पांढऱ्याशुभ्र दाढीचा मौलवी... सहाव्या सातव्या शतकातील वाटावा इतका जुनाट बुड्ढा. लक्षावधी सुरकुत्यांचा चेहरा. हात पसरून नमाजात पाऽर नाहीसा झालेला.

"हे कोण?"

"आब्बाजान." पुन्हा तुझाच आवाज. मी इकडं तिकडं पाहतो: पण तिथं कुणीच नाही.

"कुणी तरी मुल्ला-मौलवी दिसतो." मित्र म्हणतो.

न कळणाऱ्या लिपीतील अनेक धर्मवचनं असलेल्या तसबिरी दिसत असतात.

...मी मशिदीभोवतालच्या विस्तीर्ण बागेत उभा आहे. अनेक प्रकारची फळझाडं, फुलझाडं भरलेली आहेत. बाग शांत. बसण्यासाठी अनेक जागा. एका सब्ज्याच्या ताटव्याजवळ मी येतो. खरं तर ते सब्ज्याचं रान आहे. एक शेंडा खुडून घ्यावा म्हणून माझा हात सब्ज्यात घुसतो... हळूच तू माझा हात धरून सबज्यातून उठतेस. मी आश्चर्यचकित.

"इथल्या पाना-फुलांना हात लावायचा नाही." समजुतीच्या स्वरात तू सांगतेस.

"तू पुन्हा इथं?"

"हो. मी या बागेची राखणदार."

"कुणाची बाग ही?"

"औरंगजेबाची."

"म्हणजे औरंगजेब बादशहाची?"

"हांऽ! आलमपनाह औरंगजेबाची."

"ही झाडं कसली चमत्कारिक दिसतात."

"अक्रोड, जरदाळू, खजुराची झाडं आहेत ही."

क्षणभर शांतता.

"मला सब्ज्या फार आवडतो." मागण्याच्या अपेक्षेनं मी बोलतो.

"मी देईन. हा घ्या." तू नुसतीच पाची बोटं एकाजागी करतेस.

"कुठं आहे?"

"हा नव्हे का. असं काय करताय बावरल्यासारखं?"

दिसल्याचा बहाणा करून मी तुझी पाचीही बोटं धरतो. त्या मऊलूस पाच कर्दळी चाचपतो. मी चाचपत असतानाच त्यांचा सब्ज्याचा गुच्छ होतो. समोर

तू नसतेसच. फक्त सब्ज्याचं रान. माझा गोंधळ वाढतच आहे.

हातातील सब्ज्या हुंगत मी चाललो आहे. सब्ज्याचा वास फार जुन्या ओळखीचा वाटतो आहे. त्याला हुंगता हुंगता तूच जणू आत उतरत आहेस.

सगळा मुहल्ला न्याहाळत मी चालत आहे. एकएका घरात डोकावून पाहात आहे. प्रत्येक घरात तुझंच रूप जाणवतं आहे. वेगळा पोशाख, वेगळं वय, पण तूच. कुठं चुली जवळ बसून स्वैपाक करते आहेस, कुठं आपल्या चिल्यापिल्यांना भोवतीनं जमवून जेवू घालत आहेस. त्यांच्याबरोबर तूही जेवत आहेस... तबस्सूम, तू चाळीशीच्या पुढं गेलेलीही मी तुला पाहिली. तुझे केस राखी होताना, तुझी त्वचा मुलायमतेतून मलिनतेकडं जाताना, बहर संपून चेहऱ्यावर ओसर येताना, डोळ्यांभावेती बारीक बारीक केसासारख्या रेषा येताना, मी तुला पाहत आहे. प्रौढ गृहिणी, वत्सल अम्मी, सगळा तेजाचा, भावनांचा, रूपाचा वन्ही मंद होत चाललेली तुझी उतारावरची मूर्ती... ओळख नसल्यासारखी तू माझ्याकडं बघत आहेस, मीही पूछताछ न करता दारादारावरून निघून जात आहे.

मला तहान लागली आहे. आत आत कोरड पडली आहे. निळ्या जांभळ्या, हिरव्या-पांढऱ्या बारीक फुंकण्यांचं जुन्या वळणाचं तोरण बांधलेल्या एका दारापाशी मी फकिरासारखा उभा राहतो. नक्षी असलेल्या भक्कम गजाच्या खिडकीत तू बसलेली असतेस. मेहंदीच्या हातात कसलेसे पुस्तक. नुकत्याच झालेल्या विवाहाची गळ्यात काळी खूण. स्वप्नील चेहरा. अंगात यौवनाची नको इतकी दाट धुंदी.

गजांपलीकडची तू मला पाहतेस. आत येण्यासंबंधी मानेनंच खुणावतेस. झिरझिरीत पडद्याच्या लाटा बाजूला सारत मी आत येतो.

"मला तहान लागली आहे."

"थांबा हं देते पाणी." तू एक छोटीशी पितळी घागर नखरेलपणे कमरेवर घेऊन परसदारी जाऊ लागतेस.

"हे काय? घरात पाणी नाही?"

"आहे. पण ते नोकरानं भरलेलं. आडावर जाऊन मी माझ्या हातांनी पाणी आणते."

मी कुठं तरी सुखावतो... थोडं तरी पाणी इथं मिळणार.

तुझ्या हातचं ताजं पाणी नारळातल्या पाण्याइतकं रुचकर गोड लागतं. ढेकर देत मी विचारतो, पण "तबस्सूम. तू इथं कशी?"

"कोण तबस्सूम? मी तबस्सूम नव्हे. माझं नाव शमीम."

मी अधिकच गोंधळतो. आभार मानून मुकाट काढता पाय घेतो... लग्नामुळं तर तुझं नाव बदललं नसेल? अशी का वागलीस?का मलाच भास झाला?

मी चालतच आहे. माझे पाय दुखत आहेत.

मित्राला म्हणतो; "फिरणं पुरे. आता रात्रही होत आहे. घरी जाऊ या."

"घरी नंतर जाऊ. आता आपण अशा भागात आलो आहोत की नाच-गाणं सहजासहजी आपणाला ऐकायला मिळेल... आता बिबीच्या मकबऱ्याशिवाय दुसरं काही बघायचंही राहिलं नाही."

. . .संगीताचे सूर कानावर पडत आहेत.

"चला." मित्र.

मी एका माडीच्या पायऱ्यांपाशी आलो आहे. बिचकत वर पाहातो आहे. भोवतीनं अंधार आणि त्यात खिडक्यांतून पांढरा शुभ्र प्रकाश सांडणारा. त्या प्रकाशात आतील हॉल न्हाऊन निघालेला... मी नकळत पायऱ्या चढू लागलो. ढोलकी-तबल्याची लय, सारंगीचे सूर वाढत आहेत. घुंगरू लाजरेपणाने नाजूक मुग्ध लय धरत आहेत.

...आश्चर्याने थक्क!

इथंही तूच. पण विशीतील. तारुण्याच्या ऐन उंबरठ्यातील. गुलाब तवंगासारखी चेहऱ्यावरची कोवळीक. खूपच शेलाटी. चेहरा किंचित लांबट वाटणारा. डोळे मात्र तेच. थोडे जास्तच मादक. मी दारात येताच तुझं नेहमीचं मंद हास्य करत नम्रतेनं तुझा विशिष्ट आदाब करून, एक विडा देऊन तशीच मागं सरकत आत निघून गेलीस. कुणीसं मला तक्क्याजवळ नेऊन हॉलमध्ये बसवत आहे.

रंगांनी, अलंकारांनी शृंगारून तू येतेस. गाल अधिक गुलाबी झालेले. ओठ गुंजी रंगाने सजलेले. डोळ्यांत रेखीव काजळाची वळणदार रेषा. अंगावर कमरेबरोबर घट्ट बसलेला पोपटरंगी खमीस. वरती गडद जांभळी ओढणी आणि पांढरा शुभ्र, पायांबरोबर असलेला चुडीदार पायजामा. त्यातून सर्वांना पुन्हा आदाब.

ताल-सुरांची झड पावसासारखी पडते. तुझे नाजूक पदन्यास घुंगरांसह सुरू होतात. हातांच्या वळवळत्या मुद्रा. एकातून दुसरा पवित्रा हलकेच उमलवत ठेवणाऱ्या तुझ्या नृत्याच्या हालचाली... मी तुझ्याकडेच पाहत असतो. तुझ्या शरीराच्या मोहक हालचाली, शिल्पित डौल, मादक मुद्रा पाहण्यातच मी भान हरपून जातो. लवचिक शरीराच्या विविध स्थितीतील तुला डोळ्यांत साठवत असतो. भावनांनी भरून येत असतो.

गती वाढते. हाता-पायांच्या वेली विद्युल्लता होतात. अतिशय द्रुतगतीने ताल झेपावत असतो. घुंगरू बेभान झालेले असतानाच एक घुंगरू दमल्यागत होऊन तुटून गडगडत माझ्या पायाजवळ येऊन पडतो. चार पाकळ्यांचा चकचकीत सोनेरी घुंगरू. मी तो हळूच घेऊन तळहातावर ठेवून न्याहाळतो. तसाच माझ्या छातीजवळच खिशात अलगद सोडतो.

नृत्य संपते. तू दमून दीर्घ श्वास घेत असतेस. छातीवरची कबुतरी वरखाली होत राहतात. त्या स्थितीतच माझ्याकडं एक नजर फेकली जाते... तेवढंच. मी पुढं काही विचारत नाही. विचारलं तर नाव वेगळंच निघायचं. भ्रम आहे तसाच राहू दे. तू आत निघून गेलेली असतेस. पुढं काय झालं आठवत नाही.

एवढंच आठवतं की शांत सकाळी पायांखालची थंड धूळ तुडवत मी अनवाणी चालत बिबीच्या मकबऱ्यापाशी आलो आहे.

मकबऱ्याभोवती मुबलक पसरलेल्या उद्यानाचं फाटक उघडलं जातं नि मला आत घेतलं जातं. मला ठाऊक झालेलं असतं की इथंही तू भेटणार आहेस. पण आत आल्यावर तू कुठंच दिसत नाहीस.

मी विचारतो; ''बागेची मालकीण कुठं आहे?''

तो दाढीवाला किडकिडीत मिया पाहत असतो पूर्वेकडं. पूर्वेकडंच मकबऱ्याची पांढरीशुभ्र वास्तू उभी असते. सकाळची सोनेरी किरणं तिच्यावर लख्ख पडलेली असतात.

वास्तूच्या आतील भागाच्या एका जाळीदार चिमुकल्या दरवाजातून तू किंचित मान लववून, डोक्यावरची ओढणी सावरत बाहेर येतेस. फिकट गुलाबी पोशाख. तशीच ओढणी. हातात त्याच रंगाचं टपोरं गुलाबपुष्प. लयदार चालीत मंद पावलं टाकीत तू येत असतेस. एखाद्या शहाजादीसारखी. माझ्याकडं पाहून मंद हसत एक एक पाऊल पुढं टाकत असतेस.

या वेळी मी तुला लवून मुजरा करतो नि हात हातात बांधून नम्र अधोमुख उभा राहतो... मीच ओळख देत नाही.

''चला. तुम्हांला बाग पाहायची आहे ना?''

''हो.''

आता मी 'तू इथं कशी?' हे विचारायचं सोडून दिलं आहे. ताज्जूब वाटणंही संपलं आहे.

...बागेतून आपण फिरत आहोत. तू जाता जाता एखाद्या कुंजाजवळ थांबून एखाद्या झाडाची ओळख करून देत आहेस... किती झाडं. सगळी जातीवंत गुलाबाची. कुठून-कुठून नाना देशांतून आणलेली. नाना प्रकारची खतं, द्रव्यं घालून वाढवली जाणारी... नाना रंगांचे गुलाब. खरे वाटू नयेत इतके विपुल फुललेले. बचकेत मावू नयेत असे पाकळीदार आकार. मुलांची, परिवाराची ओळख करून द्यावी तशी तू त्यांची ओळख करून देतेस. जाता जाता त्या झाडांच्या टाळूंना हळूच कुरवाळतेस.

आपण कारंज्याजवळून वास्तूकडे जात आहोत. आत सुंदर सुंदर युवतींचा रंगमहाल असेल अशा देखण्या खिडक्या. पांढऱ्याशुभ्र संगमरवरावरून माझी

अनवाणी पावलं. त्यांना गार वाटणारा दगडी स्पर्श.

चालता चालता दालनातून दालनात आपण खूप आत जात आहोत. सगळीकडं चांदण्यासारखा शीतल प्रकाश आहे. तू एका खोलीचं दालन हळूच उघडतेस.

"हा अब्बाजानचा कमरा." खोली साधी. काही वस्तू जपल्यागत व्यवस्थित ठेवलेल्या.

"आब्बाजान कोण?"

"माझे वडील... जहाँपनाह."

"औरंगजेब?"

"हां"

"काय सांगता?"

"अहो, मी त्यांची मुलगी. तुम्हाला नाही का ठाऊक?"

"तुम्ही कुठं असता?"

"मी इथंच असते. हीच माझी मंजील."

मी चक्रावल्यागत होतो. मला काहीच कळत नाही.

तुझ्या मागोमाग मी चालत आहे. निरोपासाठी तू माझ्याबरोबर फाटकापर्यंत येत आहेस. गुलाबाच्या ताटव्यातून तुझी पावलं पडत आहेत. एक धुंद वास. मी उत्सुकतेनं विचारतो,

"हे एवढे गुलाब कशासाठी लावलेत?"

"म्हणजे? मला अत्तरांचं वेड आहे हे तुम्हाला ठाऊक नाही?"

"अत्तरं तुम्हीच तयार करता?"

"मग? आमच्या घराण्याची फार जुनी परंपरा आहे."

फाटक येतं. मी निरोपासाठी फाटकाबाहेर उभा राहतो. तू आत उभी. तुझ्या पाठीमागं मला दिसणारं गुलाबाचं रानच्या रान.

"किती गुलाब हे!"

"आवडले तुम्हाला?"

"मी पहिल्यांदाच एवढं रान पाहतो आहे."

"रान नव्हे हे. गुलशन आहे."

"हो ना."

"हा गुलाब ठेवा आठवण म्हणून."

तुझ्या हातातील ताजा टवटवीत गुलाब माझ्या हातात येतो.

"तुमचं नाव कळेल का मला?" माझा साशंक, चिंतातुर घाबरा स्वर.

"इश्श! म्हणजे तुम्ही ओळख विसरलात की काय? माझं नाव विसरलात?"

"तबस्सूमच ना?"

"मग आणखी काय?... जा. मी तुमच्याशी बोलणारच नाही."

...तू दिसेनाशी होतेस. मी सैरभैर होतो. इकडं-तिकडं बघतो... पाठीमागं आता दुपारचं ऊन पसरलेलं असतं.

मी तशीच पावलं उचलतो. अनवाणी, एकाकी पावलांना चटके बसू लागतात. चाल चाल चालत राहतो. हातात बॅग कधी आलेली असते हे कळत नाही. परतीच्या वाटेवर मी एकटाच चालतो आहे.

समोर ताज्या लाल रंगाची तीच स्थानिक बस.

"काय यायचे का?"

धावत बस पकडतो... मी एकटाच प्रवासी.

"एक शहागंज." माझं तिकीट काढतो. बस धक्के देत देत धावते... जणू ती ठोसे मारीत शहागंजकडं मला नेत आहे.

शहागंज येतं. मी उतरतो

उतरून मी एकटाच एस. टी. स्टँडकडं चालू लागतो. शहर पाठीशी राहिलेलं. ऊन मी म्हणतेय.

कुठल्या तरी पायऱ्या उतरून खाली येतो. दोन पावलं पुढं टाकून पाठीमागं बघतो तर तू उभी. तीच नारिंगी रंगाची झुळझुळीत साडी. त्याच रंगाचा ब्लाऊज. तेच रूप. फक्त डोळ्यांत काजळ नाही. त्यामुळे ते अधिक स्वाभाविक देखणे झालेले.

"किती उशीर हा? किती वाट बघायची तुमची?"

"म्हणजे?"

"म्हणजे काय? डोळ्यांतलं काजळ काढायला म्हणून डोळ्यांत शिरलात ते पार आतच उतरलात."

"छे छे! मी मित्राकडं गेलो होतो. मला औरंगाबाद बघायचं होतं."

"काही नाही. हे सगळं खोटं. तुम्हाला मलाच आतून बघायचं होतं... अगदी पार डोळ्यांतून आत शिरलात. रक्तातून, धमन्यातून चांगले गुदगुल्या करीत हिंडत होता. कपडे तरी बघा कसे गुलाबी झाले आहेत." मी माझ्या कपड्यांकडं बघतो. खरंच ते गुलाबी झालेले. मी आठवून स्पष्टीकरण देतो.

"मी गुलाबाच्या बागेत जाऊन आल्यामुळं तसे झालेत ते."

"माझीच गुलाबाची बाग ती... आत फुललेली. तिथलं एक फूलही पळवलेलं दिसतंय तुम्ही."

मी फक्त हसतो. तू पुन्हा बोलू लागतेस; "बराच वेळ झाला तरी बाहेर यायचं चिन्हच नाही. म्हटलं जाता जाता पार हृदयात जाऊन बसले की काय? आता बाहेर येतील की नाही?... तुम्ही हृदयात गेल्यावर माझ्या हृदयाची धडधड

किती वाढली म्हणून सांगू... बरं झालं तुम्ही बाहेर आलात ते. चला आता घरी.''

''घरी? छे छे! मी आता परत चाललो आहे. मला जायला हवं.''

''ते काही नाही; घरी यायलाच हवं. भेट किती दिवसांनी होतेय. माझ्या हातचे चार घास खाऊ घातल्याशिवाय मी नाही सोडायची... ओळख विसरल्यासारखं तुम्ही वागताय.''

''नाही तबस्सुम. मी ओळख कसा विसरेन? तुला इथं अचानक पाहून गोंधळल्यागत झालं एवढंच. पण आता जेवायला नको. पुन्हा कधी तरी येईन. आता मित्राकडं नुकताच जेवून आलो आहे आणि आता बसची वेळही झाली आहे... माझी बस चुकेल.''

तुझे डोळे भरलेले. मला बसची काळजी. तरी माझा कंठ दाटतो. मी बोलतो, ''आजवर पुष्कळ वेळा तू दिलेला एकएक घास मी खाल्ला आहे. चारापेक्षा ते जास्तच झाले असतील. जेवणानंतरचा तुझा आवडता वेलदोडा तेवढा दे म्हणजे झालं. मला तो जेवणाहून प्रिय आहे.''

तुझ्या पर्समध्ये पाहत तू म्हणतेस, ''वेलदोडा संपला आहे. पण लवंग आहे. तीही एकच.''

''आपण ती दोघंजणं खाऊ अर्धीअर्धी चिमणीच्या दातांनी.''

तू ती दातांनी खुटकन खुडतेस. माझ्या तळहातावर तीळ ठेवावा तशी ठेवतेस. मी ती खातो. वेळ भरत आलेला असतो.

''जाऊ मी?''

''जाणारच मग?''

''हो. पुन्हा नक्की भेटेन.''

''अच्छा!''

एक बस नियतीसारखी अज्ञातातून येऊन समोर उभी राहते.

''अच्छा.''

''थांबा, तुम्हाला काजळ हवं होतं ना माझ्या डोळ्यातलं?''

''हो हो.''

''हे घ्या.''

एका षट्कोनी छोट्या चांदीच्या डबीत तू काजळ काढून ठेवलेलं असतं. तिचं टोपण पाकळीसारखं उलगडतं नि मला घनघोर काजळ दिसतं. तशीच ती डबी तुझ्या थरथरत्या हातांनी माझ्या हातात येते.

''जाऊ?''

''अच्छा! जेव्हा जेव्हा माझी याद येईल तेव्हा तेव्हा हे काजळ डोळ्यांत

घाला नि शांत झोपा... तसेच माझ्याकडं या.''

समोरची बस पकडण्याची माझी घाई... तुझे काही शब्द कळतात काही कळत नाहीत.

मी बसमध्ये बसतो. बस चालू झाल्यावरही तू दिसत राहतेस आणि झाडांची रांग दोघांमध्ये आल्यावर नाहीशी होतेस... माझा एकाकी प्रवास.

बस अतिशय वेगात. मुलूख कुठला आहे काही कळत नाही... किती हा वेग? मी कुठं आहे? औरंगजेबाच्या काळात आहे की नंतरच्या काळात आहे? माझा आत्मा कुठं संचारतो आहे हा? तू कुठल्या काळात आहेस? का सर्वत्र आहेस? कोणकोण होऊन जगते आहेस! त्यातली खरी कोण तू? आणि मी हा असा का भ्रमिष्टासारखा संचारणारा?... खिशातला घुंगरू मात्र हृदयाजवळ गुणगुणणारा.

मला जाग येते नि कळतं की कुठल्या तरी खोलखोल पाण्यात बराच वेळ बुडून वरती आल्यासारखा मला दम लागला आहे.

◆

चुंबनबन

प्रिय व्यक्तीचं अशक्य असलेलं चुंबन एका वेगळ्या प्रकारानं घेता येतं, हे मला त्यावेळी कळलं.

किती तरी दिवसांनी भेटत होतो. ती लग्न झालेली. आपल्या पहिल्या मुलग्याला घेऊन माहेरी चाललेली. लग्नानंतर सातआठ वर्षांनी मुलगा झालेला. सगळं काही कळलं. कॉलेजचे दिवस आठवले. मनं उगीचच गच्च झाली. पण गर्दीत, स्टँडवर हे कसं काय बोलायचं. संयम ठेवून मीच विषय बदलला.

''छोटूला दात आलेत की नाही अजून?'' काहीतरी बोलायचं सुचलं.

''आताशा येताहेत.''

''आईसारखाच दिसतो.''

''... ...'' ती फक्त हसली.

''मी त्याच्यासाठी बिस्किटं आणतो हं.''

एस. टी. कँटिनमध्ये गेलो आणि बिस्किटं घेऊन आलो.

गाडीला वेळ होता. गर्दीत उभेच होतो. त्याला घेऊन तिचा हात अवघडत होता. या हातावरून त्या हातावर ती छोटूचा भार घेत होती. तसं उपचाराचं बोलणं संपलंच होतं. त्यात रमणंही बालीशपणाचं वाटू लागलं. एकमेकांकडं पाहत राहणं एवढंच आता फक्त उरलं होतं. तरी अधून-मधून काही तरी विषय निघायचे, काही तरी चौकशी चालायची, पण ते काही खरं नव्हतं. बोलणं रितं रितं होत चाललं होतं. मनं मात्र भरलेली तशीच होती.

वेळ भरत आली.

''आपण पुन्हा एकदा चहा घेऊ या का?'' मी.

''घेऊ या. चला.'' तिचं सहज बोलणं.

आम्ही कँटीनमध्ये गेलो... मध्ये टेबल घेऊन मी इकडे नि ती तिकडे बसलो. तिचा मुलगा तिच्या पुढ्यात. वेटरही आला.

...मुलग्यानं टेबलावरच्या सांडलेल्या पाण्यावर हात मारला नि ते तिच्या तोंडावर उडालं. तिची तारांबळ.

" त्याला माझ्याकडं जरा देतेस का?"

मी त्याला घेतलं. तिच्या हाताचा स्पर्श... पूर्वीचा मांसलपणा आता काहीसा कमी झालेला. रक्तं थरथरून आली असतील... माझं आलं. तिचं आलं की नाही कळलं नाही. वरवर तरी तसं ती दाखवत नव्हती.

मी त्याच्या गोबऱ्या गालाचे गुच्चे घेतले. तोंडात बिस्किट खुडून घातलं. तो हसला. मग मीही त्याला खूप हसवलं. "हसताना छानच दिसतो" म्हणून मुके घेतले... लालेलाल झाला नि मुके सहन न होऊन रडू लागला. नाइलाजानं मग तिच्याकडं दिला.

तिनं त्याला छान गोंजारलं. कौतुक केलं. हसवण्याचा प्रयत्न केला.

...जुन्या गोष्टी बोलता बोलता तिनं त्याचं हळूच चुंबन घेतलं... आपले ओठ त्याच्या गोबऱ्या गालावर हळुवार टेकवत ती बोलू लागली... माझं लक्ष तिच्या ओठांकडेच लागलेलं. मी शहारत गेलो.

...तिचे ओठ. माझ्यापासून तसेच तीन हात लांब राहिलेले. त्यांना स्पर्श करायला मला कधीच जमलं नाही. पण आता ती मुलाच्या गालावर आपले ओठ टेकवताना माझे ओठ सुरसुरत होते. तिच्या ओठांचा मृदुल, हळुवारपणा जास्तच जाणवत होता. कोवळीक कळत होती... चुंबनाच्या वेळी तिच्या ओठांचा आकार कसा राहील याची कल्पना करता येत होती.

...मी ज्या गालावर ओठ टेकले त्याच गालावर तिचे ओठ. त्याच गालाची हळुवार चुंबने, त्याच जागेची. त्याच जागेवर माझीही. बाळाचा गाल. ते एक संकेतस्थल, चुंबनाचे ठिकाण. बाळाच्या गालांवर माझे ओठ, बाळाच्या गालांवर तिचे ओठ. ओठांखाली तोच गाल, त्याच गालावर तिचे ओठ... चुंबनावर चुंबन... ओठांवर ओठ.

...किती गंमतीची भूमिती. अ, ब, क हे तीन त्रिकोण. 'अ' बरोबर 'ब', 'ब' बरोबर 'क'. 'अ' हा 'ब' वर ठेवला. अ, ब एकरूप. 'क' 'ब' वर ठेवला. 'क', एकरूप. म्हणून अ आणि क एकरूप. अर्थात तिच्या ओठांवर माझे ओठ एकरूप...

गाडीनं वेग घेतला होता आणि माझ्या मनात ओठांची भूमिती एकरूप होत होती. मनानं मनाच्या केलेल्या समजुतीत अनेक प्रमेये सुटत होती.

...कल्पना गंमतीचा खेळ खेळू लागली. आपणाला प्रिय व्यक्तीचं चुंबन घेता येत नसेल तर आपण तिच्या मुलाचं चुंबन घ्यावं नि तिला सुचवावं. ही सूचना मान्य झाली तर ती आपल्या ओठांनी बाळाच्या गालावर लगेच सही करील. सूचनेला सूचना देईल. ...मग पुढं काय करायचं ते आपण ठरवावं. निदान तिच्याच बालमुखाचा आपण मुका घेतला अशा समजुतीनं गप्प राहावं.

...हे खरं; पण गोऱ्या-गोमट्या, गोंडस मुलानं तर धमालच उडवून दिली असेल. याच्या बारशाच्या दिवशी तिच्या अनेक तरुण मैत्रिणी आल्या असतील. अनेकींनी बाळाचं अनेक वेळा चुंबन घेतलं असेल. आणि...

... आणि त्या फसल्या असतील. कारण त्या बाळाची त्याच्या बापानं त्यांच्याही अगोदर अनेक वेळा चुंबनं घेतली असतील... तीच चुंबनं त्या अनेकजणींच्या ओठांना. मग त्यांचे पती, त्यांचे प्रियकर यांच्या ओठांना. मग त्यांचं आणखी कुणाला. कारण तेही आणखी कुणाची तरी चुंबने घेऊन प्रेयसीकडे आले असतील. प्रेयसी आपल्या प्रियकरांची चुंबने घेऊन पतीकडे गेल्या असतील... ह्याची तिला, तिची त्याला. तिला, त्याला, त्यांना... त्यासर्वांना. जिकडे-तिकडे सगळी न दिसणारी चुंबनं. सगळ्यांनी सगळ्यांची सगळ्यांना नकळत घेतलेली... एकाच पणतीने लावलेल्या ह्या ज्योती. पुन्हा एक एक ज्योतीवर पेटलेल्या अनेक ज्योती... चुंबनांचं बनच्या बन... चुंबन-बन. आपण सगळे त्यात बुडालेलो. आपले गाल, आपले ओठ त्यांनी शतदा मुद्रित झालेले.

मी नकळत माझे ओठ, आणि गाल रुमालाने निपटून काढले. गाल हातांच्या ओंजळीत घेऊन गप्प बसलो...

...लहानपणीची एक आठवण झाली. सात-आठ वर्षांचा होतो. उंबऱ्यात बसलो की शेजारचा तुकाराम बापू यायचा. मला अचानक धरून गालाचा मुका घेता घेता गाल चावायचा. ओठांवर मिशांचं जंगल तसंच राखलेलं. त्या माझ्या गालावर वळवळायच्या. नको वाटायचं. मी ओरडायचा.

तो मुका घेऊन झाल्यावर म्हणायचा, ‘‘जेवताना कोंबडा खाऊन आलोय रेऽऽ बाबा!’’

मला तो प्रकार बिलकूल आवडायचा नाही. मला पुसता येईल तेवढं मी माझं तोंड पुसून घेई. प्रसंगी धुऊनही येत असे.

रखमाकाकू आमच्याकडं नेहमी येई. तुकारामबापू सावळ्या रंगाचा असला तरी रखमाकाकू गोरी होती. उंच, प्रौढ. शांत चेहऱ्यानं ती बोले, बसे... थोडा मोठा झाल्यावर मला एक खोडकर उत्सुकता लागून राहिली होती. तुकारामबापूंच्या ओठावरचं जंगल हिच्या तोंडावर फिरताना हिचा शांत वाटणारा चेहरा कसा होत असेल? तिला काय वाटत असेल?... का ती चेहरा शांत ठेवूनच तसं

करू देत असेल?

...दाढी-मिशा राखणारे प्रत्येक सरदारसाहेब आपल्या धट्ट्याकट्ट्या सुंदर पत्नीसमवेत हिंडताना मला हीच नाठाळ उत्सुकता भंडावून सोडत असते. सिनेमात मी खूप रंगीत रंगीत चुंबनं पाहिली, पण दाढी-मिशा असलेल्या प्रियकरानं किंवा पतीनं घेतलेलं एकही चुंबन पाहायला मिळालं नाही. तसं पाहायला मिळालं असतं तर एकंदर अंदाज बांधता आला असता. दुसरंही एक सत्य असं की पति-पत्नी आणि प्रियकर-प्रेयसी यांच्यामधील चुंबनं मला फक्त सिनेमातच पाहायला मिळाली आहेत. कुठल्याशा नटीनं म्हणे परवा क्रिकेट ग्राऊंडवर कुठल्याशा क्रिकेटपटूवर बेहद्द खूष होऊन त्याचं चिक्कार गर्दीत गाढ चुंबन घेतलं. दुर्दैवानं त्या गर्दीत मी नव्हतो. एरवी नट्या अधूनमधून प्रत्यक्षात पाहायला मिळतात. भोवताली गर्दीही तशी असते. पण चुंबन काही पाहायला मिळत नाही... मला वाटतं त्यासाठी चिक्कारच गर्दी असावी लागत असेल.

प्रत्यक्षात प्रौढ चुंबन पाहायला मिळाले ते अनपेक्षितपणे. तेही गर्दीतच. पण ते असल्या चुंबनापैकी नव्हतं. ते पाहून मी व्याकुळ झालो ते वेगळ्या कारणासाठी.

...तीही एस. टी. स्टँडवरची गोष्ट. तरुणाच्या अंगात लष्करी पोशाख होता. त्याची काळी मोठी ट्रंक हमालाला टपावर उचलून देऊन तो मोकळा झाला. सोल्जर-कट नुकताच करून त्यानं लक्षात येईल एवढं डोक्याला तेल लावलेलं होतं. घरघरणाऱ्या बसच्या दारापाशी तो आणि तीन-चार फेटेवाली मंडळी उभी. त्यात पन्नाशीच्या आसपासची एक स्त्री अश्रू गाळणारी, केसांना तेल नसलेली. अंगावर साधंच लुगडं असलेली. मोकळ्या हातांनी ती अधूनमधून पदरानं डोळे पुसत होती.

कंडक्टर गाडीत चढला आणि टिन टिन टिन टिन सुरात बेल वाजवू लागला. आसपासची रेंगाळणारी माणसं चढली. तरुणाच्या चेहऱ्यावर जडपणा आला. माणसांच्या मनातली घालमेल स्पष्ट दिसली. सगळेजण त्याच्या खांद्यावर डोके ठेवून त्याला पोटाशी धरून भेटले. आईनं त्याच्या तोंडावरून अश्रू गाळत हात फिरवला नि गालाचं चुंबन घेऊन ती तशीच त्याच्या खांद्यावर पडली. त्याचा चेहरा रसरसून आला. डोळे भरून आले. त्यानं तिच्या पाठीवर हळूहळू हात थोपटला. मुकेपणानं हातानं समजूत काढली. मन घट्ट करून तो बाजूला सरला नि हातातली वेताची छडी सरसावून गाडीत चढला. गाडी निघाली. आई मोकळ्या हातांनी बसकडं पाहत उभी राहिली. फेटेवाले हरवल्या डोळ्यांनी बघू लागले. खाली माना घालून परतले.

आईच्या चुंबनानं भारलेला तो तरुण काही तरी खूणगाठ बांधून बसमध्ये चढला खरा. चीनचं आक्रमण सुरू होतं. कदाचित त्या आक्रमणात त्यानं मृत्यूचं शेवटचं चुंबनही घेतलं असेल... पण गाडीत चढताना तो वेगळ्याच उदंड बालभावनेनं चढताना दिसत होता.

...लहानपणी त्याची अनेक चुंबनं घेऊन आईनं आपलं वात्सल्य व्यक्त केलं असेल. या प्रौढ चुंबनातही माऊलीची तीच भावना व्यक्त होत होती. पण किती वेगळ्या पातळीवर, क्षणभर तो तिला लहानच दिसला आणि त्यालाही खूप लहान लहान झाल्याची जाणीव झाली असेल. या तारुण्यात प्रेयसी-पत्नीची त्यानं कदाचित अनेक चुंबनं घेतली असतील. पण आईच्या वात्सल्याचं असलं चुंबन या वयात अनुभवणारा तरुण बालक तोच. अत्यंत विरळा आणि भाग्याचा तो क्षण. आई असूनही ज्या वयात असली वात्सल्य चुंबनं तुम्हा-आम्हांला मिळत नाहीत. त्याला अशीच अद्वितीय घटिका आयुष्यात यावी लागते... सिनेमात असली चुंबनं मला कधीच पाहायला मिळाली नाहीत.

खरं म्हणजे चुंबनं पाहायची नसतात. ती घ्यायची असतात, द्यायची असतात. पण हीही साधीच भाषा आहे. त्याहून खरी गोष्ट अशी की ती द्यायचीही नसतात आणि घ्यायचीही नसतात. चुंबन ही आपल्यामध्ये निर्माण झालेली भावावस्था असते. ती फक्त अनुभवायची असते. प्रेमाच्या उत्कट क्षणी ती अनुभवता येते. देणे-घेणे संपून उरलेली ही अनुभवावस्था असते.

व्यावहारिक प्रेमाच्या चतुर पातळीवर मात्र चुंबनं देता-घेता येतात. त्या पातळीवर ती देताना वा घेताना चक चक किंवा मट मट असा देऊन झाल्याचा वा घेऊन झाल्याचा पूर्णावस्थादर्शक आवाजही होतो... नट्या चुंबन देण्यासाठी पैसे घेतात म्हणे. तोसुद्धा त्यांना एक उच्च प्रकारचा अभिनयच वाटत असावा.

...माझ्या एका मित्राचा प्रेमभंग झाला. तरीही प्रेयसीची समजूत काढताना तो तिला बोलण्याच्या ओघात म्हणाला, "नलू, तुझ्यासाठी मी माझ्या अंगावरचे कपडे कमी केले, अर्धपोटी राहिलो नि तुला पैसे दिले, वस्तू दिल्या, पातळे घेऊन दिली." (त्याचं हे प्रेम सहा वर्षं चाललं होतं.)

"त्याच्या मोबदल्यात मला वाटतं मी तुला भरपूर दिलंय."

हिनं काय दिलं होतं? तर आलिंगनं आणि चुंबनं, म्हणजे चुंबनं मोबदला होऊ शकतो. पैसे, वस्तू, भेटी घेऊन ती विकता येतात. 'मी चुंबन घेतलं' किंवा 'मी त्याला चुंबन दिलं.' यांसारखी वाक्यं, किंवा 'तू मला एक चुंबन दे.' यासारखं मागणं हे याच व्यावहारिक पातळीवरचं असतं.

...खरं म्हणजे या पातळीवरून जे काय दिलं-घेतलेलं असतं ते चुंबन नसतं. ते फक्त ओठांवर ओठ आपटणं असतं. त्याचाच तो चक चक किंवा

मट मट आवाज होत असतो. सक्तीनं घेतलेली, समजूत काढण्यासाठी घेतलेली किंवा अशाच काही कारणांनी दिलेली चुंबनं याहून वेगळ्या प्रकारची नसतात. कोरडी कोरडी भाजी-भाकर खाऊन ओठा-पोटाची समजूत काढल्यासारखा तो प्रकार असतो... अशा चुंबनांनी मनाची कित्येक वेळा सिनेमाप्रमाणे करमणूकही होत असते.

...चोरून घेतलेल्या चुंबनाचा अपवाद समजता येईल. उभयपक्षी ही चोरी असते. घेणाराही चोरून घेत असतो. आणि देणारीही चोरून देत असते.

दोन चोरांनी इतरांना नकळत आणि चोरून दिली-घेतलेली ही चोरी असते. पाडाच्या आंब्यासारखी ही असतात. पाडाचा आंबा थोडा गोड, थोडा आंबट असतो, तशीच ही. एका बाजूनं कच्ची, एका बाजूनं पिकलेली. खाण्याची तर घाई असते. पिकेपर्यंत वाट पाहण्याचा अधिर मनाला धीर नसतो. खाल्ल्यावर मात्र वाटते की अजून थोडी पिकली असती तर न्यारीच गोडी चाखता आली असती. शरीर फुलून येईपर्यंत तिष्ठत राहणं अशा वेळी जमतच नाही... अनेक वेळा ते शक्यही नसतं. वेळ आणि स्थळ बेभरवशाचं असतं.

पण चोरट्या चुंबनाची गोडी या कच्चेपणातच असते. एका चोरट्या चुंबनानंतर दुसऱ्या वेळचे चुंबन त्याहून गोड, त्याहून परिपक्व, अधिक खोल आस्वाद घेऊन अनुभवता येईल असे वाटते. पण पहिल्या वेळेइतकीच दुसरी वेळही बेभरवशाची असते. आणि चोरटेपणा असेपर्यंत ही अवस्था संपत नाही.

माझ्या आयुष्यात शेजारच्या घरातील निवांत दुपार, झाडाखालच्या अंधारातील रस्त्यावरची साडेसातची वेळ, दारापाठीमागची सांदर, अर्धवट बंद झालेली खोली या वेळा नि जागा चोरट्या चुंबनांनी कायमच्या अस्वस्थ करून टाकल्या आहेत. किती तरी या चुंबनांच्या अधिर अवस्था भोगल्या, तरी अस्वस्थता संपतच नसते.

खरी चुंबने दीर्घ आणि निर्धास्त एकांतातच शरीरावर पिकतात. असलं चुंबन हे फुलून आलेल्या शरीरावरचं फळ असतं. शरीर फुलून आलं नाही तर चुंबन फळत नाही... शरीरालाही एकट्याला वाटेल तेव्हा फुलता येत नाही. हळुवार स्पर्शाचं पाणी त्याला घालावं लागतं... लाजरीच्या रोपट्याच्या उलट त्याची अवस्था असते. लाजरी स्पर्श झाला की लाजून पानं मिटून घेते, शरीराला शरीराचा स्पर्श झाला की ते फुलून येऊ लागतं. सुगंधानं धुंद होऊ लागतं. त्याच्यातील मद उन्माद-अवस्थेला पोचतो. वस्त्रं पिकल्या पाकळ्यांसारखी गळू लागतात नि मग चुंबनं उमलू लागतात. आलिंगनं दृढ होऊ लागतात.

...असली चुंबनं नुसती ओठांवरच लगडत असतात, अशी समजूत असेल तर ती चुकीची आहे. सर्वत्र त्यांचे घस लागतात. ओठांवरती पहिल्यांदा ती

संवेदतात. मग गालांवर, मानेवर, नेत्रांवर, कपाळावर, उरोजावर, अंगाअंगावर ती ओथंबतात. ...त्यामुळे अंगाचा अगदी कॅशिया बहरून येतो... चुंबनांचं एक वेगळं बन अंगावर उभं राहतं.

...असं घनदाट बन अंगावर घेऊन प्रियकर-प्रेयसी हिंडत असतात. आयुष्यातल्या विशी-पंचविशीत ज्याला ही अवस्था भोगता येत नाही तो जीवनात इतर सर्व मिळवूनही भिकारीच असतो.

देह चुंबनाचा वृक्ष असतो, हे कोणी विसरू नये. ऋतुमानाप्रमाणं तो बहरला पाहिजे. तो बहरण्यातच देहाचं देहपण जिवंत राहतं. नाही तर मग देह झडू लागतो. चैतन्याचा रस आटून तो कोरडा कोरडा होऊ लागतो... असाच हा वृक्ष जून झाला तर मग विकृतीची बांडगुळं त्यावर वाढतात. अशातच आणखी काही वर्षे गेली की मग तो फुलणं विसरूनच जातो. पाणी घालूनही तो फुलत नाही. उग्र ब्रह्मचाऱ्यासारखा, नाहीतर महानुभावी योगिनीसारखा तो पांढराफटक दिसू लागतो. निसर्गानं ही झाडं फुलण्यासाठी दिलेली असतात, हे विशेषत: स्त्रीमनानं ध्यानात ठेवावं. हे जो देह विसरेल तो निसर्गाच्या समृद्ध आंबराईत वांझोटाच राहील. कोरड्या ठणठणीत दगडात आणि त्याच्यात काही फरक नाही.

पति-पत्नींनी तर ही झाडं फार सांभाळून जतन करावी लागतात. एक लक्षात ठेवावं, झाडं पुन: पुन्हा फुलू-फळू लागली तर ती लवकर थकतात, क्षीण होतात. नेहमी येणारा बहर दुबळा, विरळ येतो. अंगणातल्या रातराणीवरूनसुद्धा ही गोष्ट कळून येण्यासारखी आहे. ऋतुमानाप्रमाणंच शक्यतो फुलावं. निसर्ग अशा वेळी समृद्धतेनं साथ देतो. बहर घनदाट येतो... देहावरचीं 'तुझी फुलं, माझी फुलं' मग कळून येत नाहीत. ती एकमेकांत मिसळून जातात... फुलंच मिसळून जात नाहीत, तर अंग अंग एकमेकात खोल खोल मिसळून जातं. देह देहात, रक्त रक्तात जाऊन एकच असल्याची उन्मादक जाणीव दोन देहांच्या पलिकडे जगते... पुन्हा चुंबनांचं एक बन उभं राहतं. दिवसभर त्याचा घमघमाट घरात, दारात, मनामनात कोंदून राहतो... संसारातलं मर्म ओळखतं. पृथ्वीवरच्या अमृताची प्रचीती येते. निसर्ग हासून टाळी देतो नि मुलाबाळांतून अमर होत आपण आपल्यांतून पलिकडे उगवत राहतो... पुन्हा बाल होतो, तरुण होतो आणि चुंबनांची बनं पुन्हा नव्यानं बहरू लागतात.

◆

स्पर्श कमळे

संक्रांतीच्या दिवशी तीळगूळ वाटायला गेलो होतो, एका मानलेल्या बहिणीकडे. परक्यांच्या मुलींना 'मानलेली बहीण' मानायचं ते वय, आणि तसं मानणाऱ्या माझी ती स्वभाववृत्ती आज आठवली की हसू येतं. तो बावळटपणा होता. पण संक्रातीच्या त्या दिवसापर्यंत वाटत होतं की तो आपल्या आदर्श मनाचा प्रामाणिकपणाच आहे. तीळगूळ दिल्यानंतर हा प्रामाणिकपणा ढासळत गेला. सगळं मनच ढासळून गेलं.

एखाद्या साध्या राहणीच्या आदर्श विद्यार्थ्याप्रमाणं अंगात पांढरा हाफशर्ट नि पांढरी विजार घालून गेलो होतो.

"प्रेमा आहे का?" तिच्या वडिलांना दोन्ही हातांनी नमस्कार करीत म्हणालो. थोडाबहुत पूर्वपरिचय होताच.

"आहे. काय काम आहे?"

"तीळगूळ द्यायला आलोय... तुमच्याकडून नि आईकडून घ्यायलाही आलोय..." ही आई माझी कोणी नव्हती. ती प्रेमाची आई. पण असं काही म्हणण्यात आपण उदात्त जीवन जगतोय असं वाटत होतं.

अंजिरी रंगाचं ठेवणीतलं भारी पातळ नेसलेली प्रेमा बाहेर आली... दृष्टी काठोकाठ भरून पाहू लागलो. गळ्यातला अलंकार उठून दिसत होता. नितळ केतकी रंगाचं नाजूक अंग. तांबूस जिवणी. पातळ ओठ. डोहासारखे शांत प्रसन्न काळे डोळे.

"अरे, तू होय?"

"मग तुला काय वाटलं?"

खोटं खोटं वाचाळ आश्चर्य. आणि नंतर तसंच बोलणं. बोलताना तिला

सारखं काठोकाठ भरून पाहणं. बोलण्यात 'अगं-तुगं' अधूनमधून पुन्हा पुन्हा आणून काही-बाही बडबडत राहणं... मानलेल्या बहिणीशी बोलण्यात किती आनंद असतो!

शेवटी उठता उठता मी तीळगूळ दिले. वरूनच. तिच्यासाठी खास काटेदार तीळगूळ विकत आणलेले.

"थांब, मीही देते."

तिनं घरातून चांदीच्या वाटीतून आणून पांढरेशुभ्र तीळगूळ हातावर ठेवले. कसे? आपल्या हाताच्या लालसर तळव्याची नाजूक पाची बोटं एकत्र करून हळूच माझ्या पसरलेल्या तळव्यावर टेकली आणि तीळगूळ हातावर सोडून दिले... किंचित गार लागणाऱ्या बोटांची पाच टोकं. मऊ, उबदार...

...बोटं उडून गेली नि तीळगूळ माझ्या हातावर कापूर होऊन पेटत राहिले. शरीरातलं सगळं रक्त त्या तळव्याला आतून स्पर्शायला तिकडं धावलं. सगळ्या अंगभर आतून झिणझिण्या आल्या.

...तो जळता हात तसाच घेऊन बाहेर पडलो. अनेक ठिकाणी तीळगूळ द्यायचे होते. पण हॉस्टेलवर परत फिरलो. न जेवता झोपून राहिलो. रात्रभर सळसळत्या रक्तात उभा. जागाच... तरीही तो स्पर्श भोगून संपला नाही. तृप्ती होत होती तरी डोळे मिटून भोगतच राहिलो.

...तो पहिला स्पर्श. असला स्पर्श पुन्हा कधी होणे नाही. सबंध जीवनभर तो व्यापून आहे. काही ना काही निमित्ताने होणाऱ्या परस्त्रीच्या कर-स्पर्शाच्या वेळी त्याची आठवण होते. तीव्रता जाणवते. तेव्हापासून कुठल्याही पर-स्त्रीला 'मानलेली बहीण' मानायचं नाही असं ठरवून टाकलं... नसती अडचण निर्माण होते. माणसानं कसं माणसासारखं वागावं. पुरुषानं पुरुषासारखं.

कोणत्याही प्रकारच्या आदर्शापासून ढळवून पुरुषाला पुरुषाप्रमाणे वागायला लावणारी स्त्रीच्या कर-स्पर्शासारखी दुसरी दिव्य शक्ती नाही... महायोगी विश्वामित्र मेनकेच्या बाहुपाशात आला तेव्हा पुरुषासारखा पुरुष होऊन वागला, याचं दुसरं काय कारण आहे?... विश्वमित्राच्या पुरुषत्वाला आव्हान देणाऱ्या मेनकेचा स्पर्श कसा असेल? स्वर्गातील अप्सरा ती. त्या स्पर्शानं विश्वामित्राला आणखी एक वेगळंच विश्व उलगडून दाखवलं असेल.

...स्त्रीचा प्रथम स्पर्श तिच्या हातातूनच व्हावा. तो स्पर्श हातांनी हातांतच प्रथम घ्यावा. स्त्रीत्वाची सारी चव तिथं कळते. हात हे स्पर्शाचं मुख. म्हणून त्याला एकाऐवजी पाच जिभा असतात. त्या जिभांना आपल्या हाताच्या जिभा हळुवारपणे भिडवाव्यात. बारीकपणानं त्यांनी चव घेत राहावं. कठोर, मृदू, भावूक, मुलायम, सारं स्त्रीत्व त्या जिभा सांगून जातात.

...स्त्रीच्या हाताला कर-कमळ म्हणतात, बोटांच्या पाकळ्या नाजूक आणि मृदुमुलायम असतात म्हणून. पण खरं ते स्पर्श-कमळ असतं. स्पर्शासाठी जन्माला आलेलं. स्पर्श देणारं, स्पर्श घेणारं. स्पर्शानं फुलून सर्वस्वी शरण येणारं. अंगावरून हळुवार स्पर्शत हिंडणाऱ्या भ्रमराच्या चरणी सर्वस्व अर्पण करणारं. स्पर्श नसेल तर मिटणारं. व्याकुळ होणारं.

ह्या कमळाचा रक्ताशी संबंध लगेच जोडला जातो, इतकं ते चैतन्यमय असतं. एवढ्या एवढ्याशा त्या कमळानं रक्तसागर उसळू लागतो. लाटांवर लाटा पडतात नि उधाण भरती येते. शरीरांना मागं सारून रक्ताला रक्त भिडू पाहतं, एकमेकांत विलीन होऊ पाहातं ते या वीज-स्पर्शामुळंच.

असं हे स्पर्श-कमळ नाना रंग-छटांत, नाना रूपांत नि आकारांत अनुभवायला येतं. त्याचे स्पर्शही नानारीतींनी शरीरात येतात.

...पहिल्या स्पर्शासाठी नकळत उत्सुक झालेल्या कमळाची कशी तारांबळ उडत असते! स्पर्श देत देत स्पर्श पिण्याची त्याला अनावर लालसा झालेली असते. स्पर्शासाठी पुढे जाताना ते थरथरतं, गोरंमोरं होतं. क्षणभर मध्येच थांबून पुन्हा थरथरत पुढे सरतं. तांब्यांच्या कवितेतील 'नववधू'सारखी त्याची अवस्था होते. अशा वेळी पुसटसा जरी स्पर्श झाला तरी अनावरपणे ते पुरुषी हातात जाऊन स्पर्शात विरघळत राहतं.

...कॉलेजच्या पहिल्या वर्षाला असताना 'मेघदूत' शिकत होतो. ते शिकताना, प्राध्यापक त्याचा अर्थ सांगताना मनं फुलून येत होती. आषाढातील ढगांप्रमाणे उगीचच भरून जड जड होत होती... आतापर्यंत प्रत्यक्षात कधीही न भेटलेली प्रिया कल्पनेतील अलकानगरीत दिसत होती. कुणासाठी तरी विरहानं व्याकुळ होऊन जावं, असं वाटणारी ती अवस्था. त्याच वेळचा एक बेसावध क्षण. स्कॉलर म्हणून माहीत असलेल्या आणि एरवी मोठ्या स्नेहानं वागणाऱ्या एका मैत्रिणीच्या घरी गेलो. तिचा भाऊ संस्कृतचा प्रोफेसर. त्यांच्याकडून याही श्लोकांचा अन्वय लावून घ्यायचा होता. पण सुदैवानं ते घरी नव्हते. तिला विचारलं तर तिनं मोठ्या विश्वासानं सांगितलं; " त्यात काय, सोपं आहे."

"नाही, अर्थ आहे सोपा. गोळाबेरीज कळतो. पण अन्वय नीट लागत नाही." अन्वय लावण्यासाठी तिनं माझं मेघदूत उघडलं. श्लोकांच्या अधल्या-मधल्या शब्दावर तर्जनी ठेवत ती अन्वय लावू लागली... खोलीत आम्ही दोघेच असल्याची जाणीव मला उगीचच तीव्रतेनं होत होती. अन्वयाकडं फारसं लक्ष नव्हतंच. कळला नाही म्हणून पुन्हा तिनं अन्वय लावून दाखविला... मी अगदी जवळ.

"...मग असा अन्वय लावला तर?" तिच्या तर्जनीच्या जवळ माझी

तर्जनी, नि हाताच्या किंचित वर हात ठेवून मी सांगू लागलो.

...पुढं अन्वय लागला की नाही ते आज आठवत नाही. पण त्या तर्जनीचा स्पर्श, मग हातांचा किंचित स्पर्श, मग थरथरता हात स्थिर ठेवून झालेला स्पर्श, हातभरून स्पर्श तेवढा आठवतो...

नंतर ते स्पर्श-कमळ त्या वेलीवर संवेदनांच्या लाटांत तसंच हेलावत राहिलं होतं. मी हेलावलेलं सरोवर हृदयात घेऊन 'मेघदूता'तील ढगासारखा निघून गेलो होतो... ती कमळे पुन्हा स्पर्शायला मिळाली नाहीत. कारण पुन्हा अन्वय लावण्याचा प्रसंगच आला नाही. आली ती वार्षिक परीक्षा. त्यानंतरची फाटाफूट... त्या कमळांवर दुसऱ्यांनी हक्क प्रस्थापित करण्याची विवाह-घटिका.

आयुष्यात हक्काची दोनच स्पर्श-कमळं आपल्या वाट्याला येतात. पण हक्काची असल्यामुळं ती वाटेल तशी वापरू नयेत. जरा जपून, सांभाळून वापरावीत. नाहीतर ती तेल संपलेल्या ज्योतीसारखी मंद होत जातात. त्यांची सुकुमारता कोमेजून सुकत जाण्याची भीती फार. ती हक्काच्या हातांनी धसमुसळेपणाने कुस्करली जाण्याचीही शक्यता बरीच असते.

पहिल्या एकांतात ती ज्या उत्कटतेनं भोगली, त्याच उत्कटतेनं ती भोगायची असतील तर सारखा हात लावू नये. मांजरीची नि सशाची पिलं पुन्हा पुन्हा कुरवाळली की रोडावतात, कांतिहीन होतात म्हणे. पक्ष्यांच्या पिलांचंही तसंच आणि ह्या स्पर्श-कमळांचंही तसंच.

आयुष्यात ही हक्काची स्पर्श-कमळं उगवली तेव्हाचा प्रसंग आठवतो. सप्तपदीच्या वेळी त्यांनी हिरव्या पातळाच्या पानांआडून माझ्या हाताच्या करंगळीला पाचीही पाकळ्यांनी प्रथम स्पर्श केला... उत्सुक, उबदार नि निर्धास्त स्पर्श. पाकळ्यांच्या संपुटात माझी करंगळी धगधगून वेदनत होती.

पाचव्या रात्री ह्या कमळांना खूप कुरवाळता आलं. त्यांना बारीक न्याहाळलं. त्यांच्यावरच्या गुलाबी रंगछटा हळुवार हातांनी पुसून काढण्याचा प्रयत्न केला, पण त्या जास्तच लाल लाल होत गेल्या.

ही कमळं अंगावर फिरली तेव्हा संवेदनांच्या जंगलात अंग हरवून बसलो. तेथून बाहेर निघवेना. त्याच्या पाकळ्यांच्या मिठीत भ्रमर होऊन रात्रभर पडून राहावं असं वाटलं. सूर्योदयापूर्वीच भ्रमराऐवजी ही कमळंच उडून जायची. मी फुलत फुलत पडून राहायचा.

ह्या कमळांच्या ओंजळींनी पहिल्या दिवाळीचं अभ्यंगस्नान केल्याची आठवण तीव्र आहे. सैल अंगाने मी बसून राहिलेला. आणि ही कमळं निमित्तानिमित्ताने अंगावरून फिरणारी. जिथं फिरतील तिथं रानभरून कमळेच कमळे उगवायची. कमळांची पुष्करणी होऊनच त्यांच्याकडून आंघोळ केली. हातात लक्स वडी

नसतानाही ती लक्स वडीसारखी मुलायम फिरायची... पुरुषाच्या आयुष्यात अशी कमळं उगवतात याची त्यावेळी धन्यता वाटली.

आयुष्यात काही कमळे सामोरी येतात. त्यांच्या सत्कारपूर्वक क्षणभर आस्वाद घ्यावा नि पुढे जावं... काहींचा आस्वाद घेणं कठीण होऊन बसतं. पण असं फारदा होत नसावं.

एका संध्याकाळी एक हात माझ्या हातात आला. हस्तरेषा दाखविण्याच्या निमित्ताने. तो हात तसाच ठेवून रेषा न्याहाळल्या. त्यावरून हळुवार हात फिरविला. ग्रहांच्या नि रवि-चंद्राच्या टेकड्या पाहण्याच्या निमित्तानं तो हलक्या हाताने वेगवेगळे आकार देऊन पाहिला. शंख-चक्र पाहण्याच्या निमित्ताने करंगळी, मधले बोट हातात धरले... खरे म्हणजे हा सगळा देखावा होता. हातातलं मला विशेष काही कळत नव्हतं.

...त्यावेळी एवढंच कळलं की हा हात फार कोरडा आहे. त्याला स्पर्शाचा प्राणच नाही. हे कमळ कधी भरून येणार नाही. कधी फुलून येणार नाही. मध नसलेलं वांझ कमळ, एखाद्या कागदी फुलासारखं ते तसंच राहणार. काही संवेदनागर्भ ते जगणारही नाही नि त्या हरवल्याच्या आर्ततेने ते मरणारही नाही... मरण्यासाठी काही जगावं लागतं, हे तेव्हा मला कळलं. जगता येत नसेल तर मरताही येत नाही. कागदी फुलं कधीही मरत नाहीत, याचं कारण तेच. उमलणाऱ्या फुलांनाच कोमेजणं प्राप्त होतं, उमलणेच नसेल तर त्यानंतरचे कोमेजणे कसे येईल? तो कोरडा हात त्या कागदी फुलांतलाच. असे हात रिते रिते असतात. दुसऱ्यांनाही रिते करतात. त्या हातांनी दिलेलं पाणी पितानाही घशाला कोरडच पडते... तहान भागत नाही, पाण्याला जीवनाची चव येत नाही. उलट कमी साखरेचा चहा सुंदर हातांनी दिल्यावर गोडच लागतो, याचा अनुभव पुन्हा पुन्हा येतो.

एकदा हिरव्या राईत मिळालेल्या गोबऱ्या हातांनी माझं आयुष्य असंच गोड गोड करून टाकलं. ती आठवण सदैव आपल्या लाल चोचींनी मनात भराऱ्या मारत असते... गर्द हिरवी रानझाडी. पसरलेला कोवळ्या गवताचा गालिचा. वर आभाळ भरलेलं. ढग पिसाटागत काळेभोर. काळजी निर्माण करणारे. पाऊस येणार म्हणून रान बिथरलेलं. आणि हात त्या वातावरणाने स्पर्शोत्सुक होऊन झपाटलेले. संवेदनांचा नागिणीसारखा अंगाअंगाला आतून-बाहेरून तिढा घालणारे या हातांनी मनाच्या, संकेताच्या सगळ्या चौकटी मोडून काढल्या. त्वचेवरून फिरताना शरीराचं पाणी करून टाकलं. व्याकुळ केलं. वाफ करून मन घन-गंभीर, उन्मादक ढगागत तरंगत ठेवलं. तो सगळा देह फक्त हात होऊनच आलेला. वितळून जाण्याइतकं त्या हातांचं तीव्रोष्ण गाढ आलिंगन. ते हात

त्वचेवरून फिरताना संवेदना प्रत्येक रंध्रात उगवत राहतात. त्यांचं पीक येतं. हात अलिप्त झाले तरी पीक तरारत-फुलारतच राहतं. त्यांच्या प्रचंड जाळ्यात मन असाहाय गुंतून तिथंच पडून राहतं... असे स्पर्श कडक मद्यासारखे असतात. ते फार सहन होत नाहीत. मन मंत्रून टाकणारे हे स्पर्श थोडेथोडेच आस्वादावेत. वृत्ती नि शरीर ताजे करून सोडण्याचं त्यांचं सामर्थ्य जीवनभर पुरवावं.

जीवनभर वाट पाहायला लावून निघून गेलेली, अस्पृष्ट, अनाघ्रात, दोन स्पर्श-कमळे जिवात कायमची उगवून बसली आहेत. अशी कमळं मनामध्ये घर करून बसतात... प्रत्यक्षात त्यांचं काय झालं ते कळत नसलं तरी जिवाच्या पाण्यात ती सदैव ताजी-टवटवीत राहिलेली आहेत... केवड्याच्या आतील पानासारखा सोनगौर रंग. त्यांना उठाव देणारे सोन्याच्या बिलवरांचे नाजूक दोन देठ. कमळ उघडल्यावर दिसणारी उबदार रेशमी तळव्याची चिमुकली गादी. त्या गादीवर स्पर्शोत्सुक डोळे गडबडा लोळून यायचे. त्या हातांच्या पाकळ्या तळात मांसल भरलेल्या, नाजूक, लांबसडक, शेवटाला सरळ निमुळत्या होत गेलेल्या. गुलाबी नखांनी त्यांना विशेष लालस कांती दिलेली. पुस्तक धरले तरी तळवा गुलाबी गुलाबी होऊन जायचा. या कमळांना स्पर्शल्यावर आपले काय होईल याच्या कल्पना करतच मी अजून जगतो आहे. ती माझ्यापुरती चिरतरुण आहेत.

जिवात उगवून न बसलेली पण डोळ्यांना रोज रोज दिसणारी किती किती तरी स्पर्शकमळं अनुभवायला येतात. काही लक्ष वेधतात. काही आली तशी निघून जातात... तबल्यावर पडणारे एका ललनेचे हात पाहिले नि अंगावर शहारा आला. स्त्रीचे हात कलावंताचे असावेत, पण त्यांनी तबला थपंडून कला व्यक्त करावी असे वाटत नाही. कलावंत स्त्रीचे हात सतारीच्या, तंबोऱ्याच्या तारा छेडताना, नृत्यातील पवित्रे घेताना कसे रेखीव नि मनभरे दिसतात. हे हात आपल्या अंगावरून फिरावेत नि आपली सतार सूर झंकरावी असे कितीदा तरी वाटते. का कुणास ठाऊक, एरवी नाजूक वाटणारे पण नखे वाढविलेले हात मला काटेरी कमळासारखे जाणवतात. ते फक्त पाहावेत आणि बाजूला सरावे असे वाटते. ते समोर स्थिरावले तरी मनावर ओरखडे उठतात. आणखी एक हात भारतीय पद्धतीने जेवताना पाहिला. बोटांच्या नाजूक शेवटांना एकत्र करून इतक्या नाजूकपणे दूध-भात कालवत होती की आपण त्या हाताने पोटभर फक्त दूधभातच जेवावा असं वाटलं.

प्रेमी जीवनात या स्पर्शकमळांनी खूप खूप करून ठेवलेलं असतं. प्रेमाचा इतिहास आणि विकास हातांनीच घडवलेला असतो. आपल्या पाकळ्यांच्या ओंजळीत त्यांनी मुखे सन्मुख धरून ओठांनी प्यालेली असतात. त्या ओठांत

पाकळ्यांच्या स्पर्शांनी संवेदना अगोदरच रिवरिवत ठेवलेल्या असतात. अशा वेळी मुखं पिताना वेगळीच चव ओठांना येते. मानेभोवती, केसांवरून, कटीभोवती त्यांचं स्पर्शणं होताना इतिहास हळुवार घडत जातो. ओळखी दाट दाट होतात. दोन डोळे दुसऱ्या दोन डोळ्यांना एका आरशाने दुसऱ्या आरशात पाहावे आणि एकमेकांत एकमेक उलगडत जावेत अशी अवस्था प्रेमी जीवनात या स्पर्शकमळांच्या आलिंगनांतूनच निर्माण होते.

प्रियाराधनेच्या वेळी बोलकाही मुका होतो असं म्हणतात. पण अशा वेळी नाजूक बोटांच्या गुजगोष्टींनी बोलता येतं. ती तोंडावरून, कानांच्या पाळीवरून, डोळ्यांच्या पापण्यांवरून, डोळ्यांखालून, हातांच्या नाजूक कोवळ्या लवीवरून हळुवार फिरवावीत. ती खूप खूप आणि नेमकं बोलून जातात. अशा वेळी जीभ आवरावी. पत्रे आवरावीत. आणखी म्हणजे घाई आवरावी. ही स्पर्श-कमळं आपल्या वृत्तीनं फुलतील असे पाहावे. धिसाडघाईने त्यांच्या पाकळ्या ताणून त्यांना फुलवण्याचा प्रयत्न केला तर अशा आडमुठेपणाने पाकळ्या दुखावतात नि वेळ जखमी होते. मग ह्या पाकळ्या प्राण जाईपर्यंत गालावर पाच वळ उठवून जातात.

◆

प्रिया पहाटते आहे...

जेव्हा प्रिया म्हणजे काय हे कळत नव्हतं तेव्हा प्रियेच्या शोधात मीही चारजणांसारखा हिंडत होतो. मनोमन सर्वच हिंडत असतात. कुणाला त्याची जाणीव होते, कुणाला होत नाही. माझीही तीच गोष्ट. एखाद्या सामान्य मुलीचा परिचय झाला, ती बोलू लागली, हसू लागली की मला वाटे आता ही आपली प्रिया होणार. माझ्या नोट्स् मागू लागली की तिच्या सामान्यपणाबद्दल लेशभरही मनात शंका न येता नक्की वाटे की आता तिला आपल्या गुणवत्तेची, हुशारीची (!) खात्री पटली आहे. आणि एखाद्या वेळेस डोक्यावरून पाणी जाऊन 'अरे- तुरे' म्हणू लागली तर 'ही आपली प्रिया झालीच. आता फक्त पत्र लिहायचा अवकाश' अशी खात्रीच होई.

मग मी प्रेमविषयाच्या कुठल्या तरी फडकेटाईप कादंबऱ्या वाचून, तसलेच हिंदी बोलपट पाहून, पत्रांचा मजकूर ठरवीत असे. चांगल्या - चुंगल्या विशेषणांची उतरंड वाक्यावाक्यात रचून अर्थहीन ललित नादमधुर वाक्ये लिही. गडकऱ्यांच्या नाटकांतील पात्रांच्या बोलण्यासारखी ती वाक्ये माझ्यावरच नादमधुर परिणाम करत नि प्रिया आता आपली होणारच याची खात्री बाळगून ते पत्र पोस्टात पेटीला नमस्कार करून टाकत असे. किंवा धाडस करून पण आतून भांबावलेल्या अवस्थेत देवाचं नाव घेऊन स्वहस्ते देत असे. नंतर दोन-चार दिवस तिचं तोंड पाहत नसे... तिला विचार करायला अवधी दिला पाहिजे; असं कुणी तरी मला सांगितलं होतं.

अपेक्षेप्रमाणे या अवधीत तिचा विचार पूर्ण आणि पक्का होई नि मला माझ्या पत्राबरोबरच 'सॉरी!' हा एकच शब्द किंवा 'पुन्हा असा गाढवपणा करू नका' अशा पाच शब्दांचा पाचामुखी निर्णय कळे. मी विचारी,

''तुमचा हा विचार नक्की का?''

''नक्की.''

''मग मी जाऊ?''

''जा.''

''बघा, हं. नाही तर नंतर पस्तावाल.''

''जा म्हणते ना. पुन्हा बोलू नका. जा.''

मी जाई. हिरमुसला होऊन माझ्यावरच रुसून बसे... मग ही आपल्याशी असं का वागली? आपल्याशी का हसली, का बोलली? अरे-तुरे का म्हणाली? तिच्यासमोर आपण विष खाऊन आत्महत्या करावी काय? असले अनेक अव्यवहारी प्रश्न मला पडत. आत्महत्या वगैरे कधीच होत नसे; पण संताप मात्र अनावर होई... स्त्री-जात तेवढी निमक हराम!... फ्रेअल्टी दाय नेम इज वूमन... अशा अर्थाची सुभाषितं मग माझ्या बोलण्यातून ती जवळपास दिसल्याबरोबर मित्राला उद्देशून पोपटाप्रमाणे धडाधड बाहेर पडत.

माझ्या मित्रांचेही असे अनेक अनुभव माझ्या पदरी आहेत. एका उद्योगी मित्रानं तर एका वर्षात आपल्या तथाकथित पाचसहा प्रियांना अशी पत्रे लिहिली नि तो घरी जाईपर्यंत साभार परत आली. त्या पत्रांबरोबर एक दोन तगडे तरुणही आलेले असत नि त्याचं प्रेम पातळ करून जात. पण त्यानं चिकाटी सोडली नाही. निराश न होता एखाद्या नोकरी नसलेल्या तरुणानं रिकामी जागा दिसली की लगेच अर्ज करावा तसा तो कुणी मुलगी रिकामी फिरताना दिसली की लगेच अर्ज करून मागणी करी. आशावादी चिकाटीने एकच पत्र प्रियांची नावे बदलून बदलून नि मजकूर तोच ठेवून लिहित असे. फारच परिश्रमपूर्वक त्यानं एक दीर्घ प्रेमपत्र तयार केलं होतं. खरं म्हणजे आम्ही ते त्याला टाईप करून घ्यायला गंभीरपणे सांगत असू. कारण त्यामुळे त्याला अनेक प्रती उपलब्ध झाल्या असत्या... पण टायपिंगच्या फार चुका होतात व ते दुरुस्त केल्यानंतर पत्रात खाडाखोड फार दिसते, नि त्याचं 'सौंदर्य' बिघडून जातं, म्हणून कष्ट पडले तरी हरकत नाही; पण आपल्या स्वच्छ नि शुद्ध हस्ताक्षरातच प्रेमपत्र लिहिलं पाहिजे; असं त्याला मनापासून वाटे. काहीही करून प्रेम केलं पाहिजे, आपला प्रेमविवाहच झाला पाहिजे; नाहीतर कॉलेज शिक्षणाचा काही उपयोग नाही अशी त्याची खात्री झाली होती. एखादं खरं-खोटं प्रेमप्रकरण पाहून तो व्याकुळ होई. तथाकथित प्रियकरांची ओळख करून घेई. कसं कसं प्रेम केलं, कशी कशी पत्रं लिहिली हे विचारून घेई नि तसे धडे गिरवी.

पण शेवटी कॉलेजमध्ये त्याला प्रेमात यश आलं नाही. जेव्हा तो बी. ए. ला क्लास न मिळाल्यामुळं बँकेत क्लार्क म्हणून लागला तेव्हा एका प्रौढ

कुमारिकेशी त्याचं सहा वर्षांनी जमलं. त्या काळातच त्याचं प्रेम बँकेत नानाप्रकारांनी आकडेमोड नि डोळेमोड करीत चाललं. साधारणपणे बँक सुटली की, म्हणजे पाच वाजून पाच मिनिटांनी त्यांचं प्रेम करणं सुरू व्हायचं नि तिची घरी जायची वेळ होईपर्यंत म्हणजे सहा पंचेचाळीसची बस मिळेपर्यंत चक्कीसारखं चालू राहायचं. दुसऱ्या दिवशी त्याचवेळी स्टार्ट... टाइमटेबल अगदी ठरून गेलं होतं. असं टाइमटेबल ठरवून प्रेम चालू किंवा बंद करता येत नाही, हे त्याला जन्मभर कळलं नाही.

आता मात्र ती आपला स्थूल, सावळा देह सावरीत कधी कधी त्याच्याबरोबर मुलांना घेऊन संध्याकाळी दवाखान्यात वगैरे जाताना भेटते. त्याच्या चेहऱ्यावर प्रियेच्या शोधाची कृतार्थता दिसत नाही. नुकतंच काहीतरी हरवल्यासारखा चेहरा करून तो तिच्याबरोबर चालत असतो.

...त्याच्या जीवनात प्रियेचं पांघरूण घेऊन एक स्त्री अशी दुपारली नि त्याच्या आयुष्याचं अगदी वाळवंट झालं. आयुष्यात प्रिया अशी कधी येऊ नये. प्रियेचं ते मायावी सोंग असतं. प्रियेची अशी अप्रिय कथा कुणी कधी ऐकू नये. ह्या कथेची बाधा कुणाला कधी होऊ नये. प्रिया आयुष्यात पहाटावी. मन शीतल करत झुळूक होऊन यावी.

विद्यार्थीदशेतील ते दिवस... दिवसभर पुस्तकं वाचता वाचता छोटी छोटी टाचणं काढत होतो. परीक्षा जवळ येऊन ठेपलेली. दिवसभराच्या बसण्यानं टेबलखुर्चीही कंटाळून जात होती, सकाळपासून रात्री साडेअकरापर्यंत शरीराला खूप दमवलं. मनावर खूप ताण घेऊन पेपराची अपेक्षित तयारी पूर्ण केली. नोट्स् नि पुस्तकं बाजूला सारली. जीव आंबल्यागत झाला. रात्री बाराला गादी पसरली नि असाहाय्य कष्ट करणारं एकटंच अंग तिच्या स्वाधीन केलं... कधी झोप लागली ते कळलंच नाही.

पहाटे पाचच्या सुमारास पहिली जाग आली. काळझोपेतून जागा झाल्यासारखा झालो. मनावर काहीच ताण नाही. मन नुसत्या निळाईनं भरलेल्या आभाळासारखं स्वच्छ, टवटवीत नि पारदर्शी झालेलं... जणू मी नुकताच जन्माला आलोय. मनावर एकही संस्कार नाही. सगळं कोरं कोरं. अंथरुणावर पडवेना. हळूच उठून बाहेर गेलो. पहाटेची मंद शीतल झुळूक अंगावर सांडत होती. शरीर आणखीन उल्हासलं. तसाच समोर पसरलेल्या पटांगणावरच्या बारीक वाळूवर सरकलो. पावलांना गारेगार स्पर्श... वाळूवर विस्तीर्ण होऊन उताणा पडलो. वर आकाश काळ्यातून निळ्यात जाऊ पाहत होतं. तेच होऊन राहिलो.

भोवतीची झाडं शांत. पूर्वेला डोळे लावून पान नि पान स्थिर ठेवून निश्चलपणे ती तिष्ठत उभी राहिलेली. उंचावर क्षणभरानं पांढऱ्या पक्ष्यांची एक माळ पूर्वेला

थोड्या वेळानं येणाऱ्या ताज्या कोवळ्या प्रकाशाचा सत्कार करायला श्रद्धेनं चाललेली. आकाशही निळ्या गूढ स्वप्नांच्या पायघड्या घालून त्या प्रकाशाच्या सोनेरी पावलांची वाट पाहणारं. उंच उंच झालेलं. मिणमिणत्या दोन-चार चांदण्या त्यानं लावून ठेवलेल्या... प्रिय उषेची वाट पाहत अबोल उभे. मी तसाच प्रसन्न शीतल झुळूक अंगावर घेत निश्चल. कुणाच्या तरी नव्या कोवळ्या आठवणीत बुडत जाणारा...

दाट अंधार फिकट होत जाऊ लागला नि हळुवार पहाटू लागलं. कळीचं नकळत फूल होत राहावं त्या गतीनं पूर्वा अर्धस्फुट डोळे उघडणारी. गवतावर चिमुकलं फूल दहिवराच्या चुंबनाची वाट बघणारं. एक कोवळं पातं सुरळीच्या गर्भातून वर येऊ पाहणारं... या सर्वांची गती स्थितिशीलच होती, स्थितिगतीच्या सीमेवरची ती गती नि स्थिती होती.

...तिच्या आठवणी मनाच्या खोल पाण्यातून कमळकळ्या वर याव्यात तशा वर येत होत्या. मनातून उमलून मनावरच पसरत होत्या... प्रिया पहाटत होती. अबोल पक्षीण निळ्या विस्तीर्ण मनात उंच उडत होती. तिचे भाव मुग्ध कळीसारखे, रंगदार पाकळ्यांनी उमलू पाहणारे.

...कळीचं फूल होण्याची वाट पाहत एक धीट भ्रमर अजून आपल्या कोषाच्या गुहेत तिष्ठणारा. पहाटेची चाहूल घेऊन शीतल झुळूक फक्त पुढे येणारी... लवकरच पहाटेल. लवकरच पृथ्वीवरचं एकमेव संजीवन तुझ्या मनावर वर्षावेल. मनाचं फूल फक्त विकसून वाट पाहत राहू दे...

प्रिया अशी पहाटेच्या पावलांनी येते. बंदिस्त सांकेतिक जीवनाला उसवून टाकत, रोजच्या व्यवहारी रीतिरिवाजांना हळुवार दुभंगत, चाकोरीतील बटबटीत नक्षीहीन जगण्याला बाजूला सारून स्वप्नासारखी वास्तव आयुष्यात उतरते. जीवनात एकदाच उमलणारं हे उंबराचं फूल असतं... उत्तुंग अलौकिक सुखाच्या क्षणांचा पाऊस घेऊन प्रिया आलेली असते.

तो एक योगायोग असतो. प्रिया शोधून शोधता येत नाही. पहाटेपूर्वीच्या काळोखातील झाडांसारखं तिची वाट पाहत थांबावं लागतं. किती वाट पाहावी लागेल काही सांगता येत नाही. कदाचित जन्मभरही. जन्मोजन्मीही. एखादं युगही पालटू शकेल. प्रियेची खरी भेट परिसाइतकी दुर्मिळ असते. ती भेट झाली की मग खुरडणाऱ्या आयुष्याचं सोनं होतं. पण ही भेट पहिल्या भेटीत कळत नाही. बराच काळ उलटल्यावर ही भेट लक्षात येते.

असे असले तरी पहिली भेट हुरहूर लावणारी असते... तुम्ही कॉलेजमध्ये शिकत असाल तर सहज कुठे तरी उभे असता. कुणाशी तरी गप्पा मारत. अशा वेळी तुमची दृष्टी अकारण सैरभैर असते. गप्पा केवळ तिथं उभं राहता

यावं, वेळ घालवता यावा या निमित्तानं चाललेल्या असतात. आणि कोणी तरी जून महिन्यातील पावसाळी सकाळच्या ताज्या उन्हात नवागता बावरल्या मनानं येत असते. तिची सतेज कांती, तिचे काळेभोर डोळे, तिची छानदार उंची आणि त्यामुळं आलेला डौल, तिचे सायीसारखे जास्वंदी रंगाचे पातळ ओठ, तिचं लयदार चालणं, तिच्या केसांचं भुरभुरणं तुमचं मन नकळत खिळवून टाकतं.

अशा वेळी तुम्ही जर तुमच्यासमोर असलेल्या वेळकाढू भिडूला ''काय कंडा पोरगी आहे.'' असं अपातत: म्हणालात तर नक्की समजावं की तुमच्या मनात त्या मुलीविषयी प्रेम नाही. मनात फक्त दडपला गेलेला उग्र शरीरविकार आहे. अशा वेळी तुमचं हसणं, तुमच्या शरीराच्या हालचाली, तुमची दृष्टी कुणाही मुलीला आकर्षक, प्रेमभरी वाटाणार नाही, तिरस्करणीय वाटेल. तिच्याही मनात तुम्हांला त्या क्षणी पाहता प्रेम उद्भवणं अशक्य आहे.

जर तुम्ही तिच्या तशा येण्यानं आतून हलून गेलात, तुमच्या खोल अंतर्यामात एक हळूच थरथर निर्माण झाली, जिवात एक भावमुग्ध कमळ उमलल्यासारखं वाटलं, चिवड्यासारख्या चटकदार गप्पांतून तुमचं लक्ष उडालं नि मंत्रमुग्ध झाल्यासारखं मन भारून गेलं; तर नक्की समजावं की उद्याच्या प्रियेची ती पहिली भेट आहे... प्रिया पहाटते आहे.

या पहाटेपूर्वीचा काळोख मोठा जीवघेणा असतो. तुम्हाला एक सतत हुरहूर लागून राहिलेली असते. मन इतर कशात रमत नसतं. तिची ओळख करून घेण्याची अनावर ओढ लागते. एरवी तुम्ही कितीही मोठे प्रतिष्ठित असा, तिला जाता-येता पाहण्यात, पाहत उभे राहण्यात तुमचे अनेक दिवस वेड्यासारखे जातात. तिची विविध दर्शनं तुम्हांला होऊ लागतात.

इतरांना ती एकसारखीच रोज वाटते. पण तुम्हांला ती रोज वेगवेगळी जाणवते... रंगीत फुले असलेल्या गडद निळ्या रंगाच्या साडीची महिरप तिच्या मानेभोवती चेहऱ्याला उन्मादक उठाव आणणारी दिसेल, कधी किंचित लालट छटा असलेल्या बदामी रंगाच्या पातळात तिच्या केतकी वर्णाला उजाळा मिळून ती सोनचाफ्याच्या कांतीची दिसेल, तर कधी फिकट नारिंगी रंगाच्या पातळामध्ये तिच्या कांतीतील फिकट जास्वंदी छटा उठून दिसेल. तर कधी कधी फिकट गुलाबी रंगाचं नखशिखांत मॅचिंग करून त्या गोंडस गुलाबी कांतीत ती न्हाऊन आल्यागत वाटेल. तिच्या चपला, नखांचा रंग, बांगड्यांच्या रेषा नि अंगठीचा खडा... सगळं गुलाबपाणी... एक गुलाबी स्वप्न जणू साकार होऊन सकाळी हिरव्या पटांगणावर उगवून राहिल्यासारखं वाटेल. कधी पांढऱ्या वस्त्रात ती सात्त्विक दिसेल तर निळ्याभोर सागर-साडीत मादक वाटेल. काळ्या चंद्रकळेत तिचा केतक-गौर रंग चांदण्यासारखा उठून दिसेल; तर कधी फसलेल्या गडद

नटव्या साडीत ती नुसती नटलेलीच दिसेल. कधी आळसटलेली, कधी उत्साही, कधी गंभीर, तर कधी प्रसन्न अशा विविध भावावस्था तिच्यात तुम्हांला तीव्रतेनं जाणवत राहतील. तुम्हांलाही उत्साही गंभीर, व्याकुळ उदात्त करत राहतील. तुम्ही जणू तिचे भावप्रतिबिंब होऊन जाल.

कधी आणखी काही घडेल. सकाळी सकाळी मोकळ्या हिरव्या पटांगणावरून पुस्तकं-वह्या सावरत ती हळुवार पावलांनी येत असेल. तुमची नुकतीच ओळख झालेली असल्यानं तुम्हीही तिच्याबरोबर बोलत, हसत, गप्पा मारत, सहवास-सुख चाखत वर्गात चाललेले असाल. अशा एखाद्या सकाळी कधी कधी वाराही तुमच्यासारखा थोडा मुक्त असतो. त्याला तुमच्यादेखत तिची नाटाळ खोडी करावीशी वाटत असते. तिच्या अंगावरचा पदर उडवून लावून त्यानं तिच्या गोबऱ्या कबुतरांना झाकणारा ब्लाऊज अचानकपणे संपूर्ण अनावृत केला असेल. परकरात वारा शिरून पातळाच्या चुन्याही उधळल्या गेल्या असतील. तुमच्यादेखत तिची अनपेक्षित तारांबळ उडवून दिलेली असेल. तशा त्या त्रेधा उडालेल्या उन्मादक अवस्थेत तुम्ही तिला पहिल्यांदाच पाहत असाल. क्षणभर तुम्हांला वाटेल तिचा पदर सावरून तिला झाकावी. तिच्या हातातील पुस्तकं आपल्या हातात घेऊन सावरासावरीला हळुवार मदत करावी. पण तशा उघड्या पटांगणावर तसं करणं तुम्हांला अशक्य असतं. उलट आसपास सगळी मुलं, तुमचे मित्र असल्याने थोडं संकोचल्यागत वाटून तुम्हांला खाली मान घालून पुढं सटकावं वाटतं. तुम्ही मनोमन व्याकुळता. तरीही खोडकर वाऱ्याला टाळी देता. कारण तुम्हांला एक दुर्मिळ स्वप्न अनुभवता आलेलं असतं... असं जर काही तुम्हांला वाटलं, तुम्ही आत हलून गेलात तर नक्की समजावं की प्रिया मनात पहाटते आहे.

आणि तसं जर काही वाटलं नाही, उलट धीटपणे तिला पाहत हसू लागलात, पोरांजवळ तिच्या त्या अवस्थेच्या चघळ गप्पा मारू लागलात तर नक्की समजावं की तुमच्या मनात तिच्याबद्दल खरा जिव्हाळा नाही. तुमचा तिच्यावर जीव नाही. आहे ती फक्त उन्मन आसक्ती.

आपले कॉलेजचे दिवस चाललेले असतात. पोर्शन पुढं जात असतो. परीक्षा जवळ येत असतात. खूप खूप अभ्यास मन लावून करावयाचा असतो, तरीही मनात तीच बसून असते. हुरहूर लावून सोडत असते. मनोमन भेटत असते. तिच्या साध्यासुध्या आठवणी तरारून उगवत राहतात. मनात त्यांची एक गुलशन फुलून येते. वसंतऋतू वसंताशिवाय बहरतो. तिच्या सहवासात तिच्याशी आपण जे बोललेलो असतो तेच पुन्हा मनोमन आपण तिच्याबरोबर जगतो. प्रत्यक्षातील हे बोलणं मनात अधिक फुलून येत असतं. त्या फुललेल्या

संवादात आपण गुंगून जातो. त्याचे वेगवेगळे अन्वयार्थ लावतो.

कॉलेज सुटल्यावर हसत-बागडत घरी जाता जाता सहज जरी ती म्हणाली असली की 'अच्छा; भेटू उद्या!' तर प्रत्यक्षात आपण 'अच्छा' म्हणतो नि निघून जातो... पण मनोमन तो संवाद वेगळा होतो. सहज बोलणारी ती मनात स्वप्निल डोळ्यांनी बोलते. 'अच्छा', भेटू उद्या' त उद्यापर्यंतचा विरह दाटून येतो. मग प्रत्यक्षात नुसते 'अच्छा' म्हटलेले आपण मनात तिचा हात हळुवार दाबून भावभरे होऊन निघून जातो. चौकात दुपारी झालेली आपली फाटाफूट मनात मात्र संध्याकाळी कातरवेळी एखाद्या निवांतातील झाडाच्या साक्षीनं होते. प्रत्यक्षात न घेतलेलं एखादं हळुवार चुंबन त्या गडद कृष्णरंगी सावलीच्या राधामुग्ध पंखाखाली मनोमन घडतं... खरं म्हणजे प्रत्यक्षात असंच घडावं असं वाटत असतं. पण व्यवहाराची, समाजाची कुंपणं भोवतीनं उभी असतात म्हणून आपण तसं जगू शकत नसतो... मात्र असं जर मनोमन घडत असेल, प्रिया दिवसरात्र आपल्याबरोबरच मनोमन असेल, तर ती पहाटते आहे याची जाणीव ठेवावी.

कॉलेजमध्ये शिकत असताना माझ्या आयुष्यात झालेली एक पहाट मी जपून ठेवली आहे... प्रियेच्या सहवासाचे सुखद क्षण अनुभवत होतो. वार्षिक परीक्षा संपल्या. सुटी लागण्याचा दिवस उजाडला. लक्ष ठेवून तिला बरोबर गाठली. 'सुटीतील बेत काय?' म्हणून विचारलं. तिनं खूप काहीबाही सांगितलं. तिच्याबरोबर मीही हसलो, आनंदलो. तिला कौतुकलं. सुटी मजेत जाण्यासाठी शुभेच्छा दिल्या. पण आतून व्याकुळून गेलो. आता अडीच तीन महिने तरी तिचा सहवास मिळणार नव्हता... ती अशी व्याकुळली असेल का? कुठं तरी क्षणभर तरी उदासली असेल का? का खरोखरच सुटीतल्या कार्यक्रमामुळं आनंदित झाली होती? क्षणभर जरी तिच्या मनाला व्याकुळता आली असेल तर माझा जीव कृतज्ञ होईल... असा काहीसा भावविवश होत उदासपणे मी तिचा निरोप घेतला.

मनमुराद गावी राहिलो. मित्रांतून गप्पाटप्पा करत हिंडलो. पण एकांतात असलो की ती मनात उगवे. गोड अबोल हसत चाफेकळीसारखी मनाचा गाभारा भरून सुगंधित करी. तिच्या विशिष्ट पद्धीनं आदबशीर नमस्कार करून परीसारखी विरघळून नाहीशी होई. तासतास दोन दोन तास तिचा भावगर्भ विचार मनात येऊन रेंगाळे... ती पहाटत होती.

ही पहाट तशी अतिशय हळुवार उमलते. उत्तर ध्रुवावरल्या पहाटे इतकी सहासहा महिने उमलत राहते... पण तशी तिला तिच्या कलानंच उमलू द्यावी.

त्यातही एक आर्त आनंद असतो. एखाद्या कंटाळवाण्या क्षणी एखादी आठवण अशी मनावर वेलीगत चढू द्यावी. मनाच्या ओंजळीत तिला ओंजळावी.

हळुवार स्पर्शांनी गोंजारावी... तिचं नीटस नाक आठवावं. हळूच त्याचा शेंडा धरून ते थोडं खोडकरपणे ओढावं. किंचित स्फुरणाऱ्या नाकपुड्या गंमत म्हणून बोटांनी किंचित दाबाव्यात. त्या लालेलाल होतील. सायीसारखी बारीक रेशमी अतिशय विरल लव असलेली नाजूक हनुवट हळूच धरून हलकेच वर उचलावी. मानेजवळचा मऊ स्पर्श गुलाबपाकळ्यांहून मृदू असतो. तुम्ही हनुवटी वर उचलली तर ती लाजेल. संकोचेल. 'इश्श' म्हणेल, 'हा काय वेडेपणा!' म्हणेल. ते किणकिणत्या गोड आवाजात ऐकावं. स्त्रीस्वभावाला हे सगळं धरून असतं. आपण शांत उभं राहावं. मग ती हळुवार ओठपाकळ्या विलगेल. आणि मग नीटस, मोतेरी दंतपंक्तींचा हसरा नजराणा तुम्हाला मिळेल. अशा वेळी तो भावभऱ्या डोळ्यांनी मुकाट प्यावा. बोलायचं असेल तर एखादंच वाक्य बोलावं. 'हा नुसता वेडेपणा नाही. प्रेमवेडेपणा आहे.' असं किंवा असंच काहीतरी.

हवंसं वाटलं तर आपल्या हलक्या ओठांनी त्या ओठपाकळ्या हलक्याच चुंबाव्या. त्यांच्यावरची गुळचट मुलायम साय ओठांनी हळुवार उचलून खावी. उगीच मटामट खाऊ नये. ती फार मोलाची नि दुर्मिळ प्रकारची, तरल, नाजूक असते. म्हणून पुरवून पुरवून खावी. नाही तर अपचन होतं. अति होतं नि सायीची किंवा तोंडाचीही चव जाते... तिची मुग्ध इच्छा असेल तर मात्र मग मानेच्या खाली कबुतरांच्या छावणीजवळ आपल्या ओठांच्या स्पर्शाची अनेक कबुतरी उडवून द्यावीत. ती संवेदनाशील असेल तर तिच्या अंगभर ती उडत राहतील. ती शहरात राहील. आपल्या ओठांच्या संवेदना तिला आपल्या पिसांनी गुदगुल्या करतील. ती खुदखुदत राहील. डोळे मिटून घेईल... तिनं विरोध केला तर मात्र खुशाल समजावं की तिला तुमच्यात पहाटायचं नाही. पहाटायचं असेल तर ती फक्त 'इश्श' म्हणेल. इथं इश्शचा अर्थ 'हेच हेच हवं होतं मला!' असा असतो हे चतुराला कळतं. प्रिया पहाटावी, जिवात चांगली उजेडावी असं वाटत असेल तर प्रथम असा मनोमनीचा क्रीडाविहार करावा आणि मग सुट्टीचा विरह संपल्यावर हळुवारपणे प्रत्यक्षात उतरवावा. त्याची गोडी दुप्पट वाढते.

प्रिया अशी निर्भरपणे मनात पहाटली की मग तिला मनाचा हळुवार आलेख पत्रातून द्यावा. एखादा एकान्त मागावा. गर्दीत प्रियेशी वाटेल त्या विषयावर गप्पा केल्या तरी चालतील. कारण तो तिथं खरा विषयच नसतो. तिथं तिचं बोलणं, तिचं हास्य ऐकत राहणं, विविध भावावस्थांत तरंगणारे तिचे बोलके डोळे अनुभवत राहणं हा खरा विषय असतो. तो अबोलपणे अगदी आतलं मन अनुभवत असतं. एकान्तात मात्र रेशनच्या, महागाईच्या, टंचाईच्या, रॉकेल कसं मिळत नाही, घरी लोक नेहमी चहाला येऊन त्रास कसा देतात याच्या

गप्पा मारू नयेत... तिथं हृदय-संवाद होऊ द्यावेत. हा संवाद सुरू व्हावा असं वाटत असेल तर डोळ्यांना बोलकं करावं. तिच्या तळहाताची गादी आपल्या हातात घ्यावी, ती आपल्या उबदार हातांनी दाबावी. गोंजारावी. तळव्यावरची रेषांची नाजूक वेल न्याहाळून पाहावी आणि हळूच आपल्या ओठांचं फुलपाखरू त्या वेलीवर एकदा बसू द्यावं... मग प्रिया मोगर-वेलीसारखी अबोल बहरू लागेल.

अशा वेळी एकान्तीच्या गोष्टी मार्मिक शब्दांत बोलाव्यात. देवाला वाहताना आपण करंडीतलीही फुलं नकळत निवडतो आणि वाहतो. शब्दांची निवडही तशीच असावी... प्रियेची तीही एक पूजाच असते... गोष्टी काय बोलाव्यात ते मी सांगू नये... कुणीच कोणाला त्या सांगू नयेत. प्रियेने प्रियापाशी नि प्रियाने प्रियेपाशीच त्या सांगाव्यात. त्या गोष्टी तरल, धुंद असतात. सुगंधी श्वासांच्या असतात. गाढ उबदार आलिंगनाच्या असतात. त्या सांगायच्या नसतात, वाचायच्या नसतात नि लिहायच्याही नसतात. कारण त्यांच्यांतील धुंदी, सुगंध नि ऊब उडून जाते. शब्दार्थाची टरफलं फक्त राहतात. म्हणून त्या गोष्टी प्रत्यक्ष संवेदायच्या असतात.

एकांतीच्या गोष्टी संपता संपता प्रियेचा हात हातात धरून उठावं... प्रिया पहाटलेली असते. सोनेरी पावलांनी तुमच्या कल्पनेतून प्रत्यक्षाच्या उंबरठ्यावर आलेली असते.

त्या उंबरठ्यावर चुंबनाचं टपोरं कमळ पवित्र मनानं ठेवावं. प्रिया हे जीवनातलं पवित्र दैवत आहे याची जाणीव तिथं होते. म्हणून गाढ निष्ठेनं आणाभाका घ्याव्यात. हातात गुंतलेला हात आयुष्यभर मनानं हातात ठेवण्यासाठी अंतर्यामीचा सच्चा शब्द द्यावा. पुन्हा चुंबन घ्यावं. अशा वेळी घेतलेलं चुंबन पहिल्या लाजऱ्या चुंबनासारखं नसतं. त्वचेवरून, ओठांवरून, मिटल्या डोळ्यांवरून उतरत, रक्त उबदार करत, रोमांचांचं रान फुलवत मनाच्या पाऽर पहिल्या तळापर्यंत सुदीर्घपणे खोल उतरू द्यावं. कारण ते प्रिया पूर्ण पहाटल्याचं उद्गारवाचक असतं!

तो एक समृद्धीचा, जीवनातील उत्तुंग शिखर गाठल्याचा, सोन्या-माणकांचा क्षण असतो. हा फार उशिरा उमलतो. धिसाडघाईच्या कृत्रिम पाण्यात घालून त्याला उमलवू नये. तसं झालं तर प्रिया पहाटण्याऐवजी दुपारते. आयुष्याचा पार उन्हाळा करून टाकते. किंवा सांजावून काळोख आणून सोडते... म्हणून ही पहाट स्वाभाविकपणे उमलू द्यावी. ते एक लाजरीचं अलौकिक आणि विलक्षण फूल असतं. त्याच्या भावनेच्या पाकळीला जरासुद्धा स्पर्श करून ओढू-ताणू नये. धसमुसळा हात पाकळ्यांना लावाल तर उमलणारं ते फूलही मिटेल, आणि ते मिटलं की पुन्हा उमलणं कठीण. म्हणून तसं करू नये. कराल तर प्रियेची शपथ!

◆

आठवणींची साठवणी

गाडीतून प्रवास करीत आहे. गाडीच्या चारीही काचा बंद आहेत. पुढच्या ड्रायव्हरच्या उजव्या हाताजवळची छोटी काच थोडी उघडी आहे. वारा यायला तेवढी पुरेशी आहे. चिमुकल्या गाडीत आत तयार केलेली कृत्रिम ऊब. बाहेर पावसाच्या चळचळ धारा सतत सुरू. पुढच्या बाजूच्या दोन्ही काचांवरचे दोन वाइपर काचांवरच्या पावसाच्या धारांसारखे लयदारपणे पुसून काढत आहेत. मी त्यांच्याकडे टक लावून पाहत आहे... माझ्यासमोर एक पाठलाग उभा राहत आहे. एक वाइपर दुसऱ्याच्या मागे लागून आपल्या सीमेपर्यंत जात आहे. त्याच वेळी दुसरा वाइपर आपल्या सीमेपर्यंत पळत आहे. त्याचे सीमेपर्यंत पळून झाले की तो दुसऱ्याच्या मागे धावतो आहे आणि दुसरा आपल्या सीमेपर्यंत पळत आहे... शेजारी शेजारी असूनही दोघांची भेट होते आणि होतही नाही... तुझ्या-माझ्या भेटी अशाच... समोर हिरव्या गर्द पिकांची रानं आहेत. पलीकडे डोंगरांच्या आडव्या रांगा आहेत... त्यांच्यावरही पावसाच्या धारा! सगळी रानं, सगळ्या रांगा हिरव्या... पावसाच्या धारांत धूसर झालेल्या... दूर दूर गेलेल्या. गूढ. आभाळही भरून भरून आलेले. नि:शब्द. तूही माझ्यातून अशीच भरून येत आहेस. भुईतून जशी ही पाचूची धुंद स्वप्न-पिकं. पृथ्वीतूनच लाटेसारखे वर आलेले आणि तिथेच आळसटलेले उताणे डोंगर... पलंगावर दुपारी सुस्तावलेल्या तुझ्या सारखे... तू अशी पहुडलेली असताना मन तुझ्या घरी धुक्याच्या हळुवार पावलांनी शिरत आहे. हा समोरचा ढग होऊन हिमवर्षावासारखे सूक्ष्म थंड तुषार तुझ्यावर उधळत आहे. तुला मुकाट उठवत आहे. आणि या समोरच्या झाडीला ढगांनी एकजीव लपेटलं आहे, तसं नि:शब्द लपेटत आहे... तू माझ्यात नि मी तुझ्यात असा प्रकृति-पुरुषासारखा एक विलक्षण अनुभव. गाडी

अलगद सरकणारी, मन चिरत चालल्यासारखी ओलाचिंब रस्ता कापत जाणारी... मी व्याकुळणारा. तुझ्या आठवणींमधून जाणारा. स्वत:ला चिरून घेणारा.

...एका प्रसन्न सकाळी अशीच झुळूक होऊन तू आलीस आणि प्रशांत सागरावर वादळ मांडलंस. त्या सागराला हा शाप मिळाला की वरदान? सागरानं आंदोलावं, कल्लोळ उठवून घ्यावेत, लाटांचं लयदार नृत्य मांडावं, स्वत:शीच फेसाळत हसून सुखासीन व्हावं... ही तुझीच किमया. हें तुझंच वरदान.

प्रथमदर्शनीच तुला बघून मी कल्लोळून गेलो. खरं म्हणजे माझ्या स्वभावात असं काही नाही. निदान आजवर असं झालं नाही. पण त्या सकाळी झालं. सावध मनाला याची जाणीव झाली. मीच मला उग्र ताकीद दिली. चार-पाच दिवस तीव्र इच्छा असूनही स्वत:ला बांधून घेतलं... तरीही मनाचा मोहर फुलतच राहिला.

...मग अनावर भेटी होत राहिल्या. आता दुसरी, तिसरी, चौथी अशी भेट आठवत नाही. आठवतो तो भेटींचा थवा. मनाच्या रानावर रंगीबेरंगी पाखरांप्रमाणे भिरभिरणारा. आतषबाजी दारूचे बाण उंच उडून रंगरंग आकाशात उधळतात, उलटपालट होत पसरतात, तशा ह्या भेटी. अगोदरची कोणती, नंतरची कोणती... काही कळत नाही... कळून घेण्याची काही गरजही वाटत नाही... त्या तशाच मनावर फुलपाखरांप्रमाणं हळूवार उडत आहेत.

...किणकिणत्या गोड आवाजात मैत्रिणींशी बोलणारी, हासत गप्पा मारणारी, कधी आळसटून अंग सैल सोडून स्टडी-हॉलच्या आरामखुर्चीत पडलेली, कधी वाचनात आणि नोट्स् काढण्यात बुडून गेलेली, तर कधी शरीरानं उत्साहहीनता दाखविल्यावर चहाच्या वाटेवर कोमेजल्या चेहेऱ्यानं चाललेली... अशा अनेक आठवणी.

...या पावसाळ्यात आकाश कधी तरी एकदम निरभ्र दिसतं. निळं निळं... तुझी आठवण होते निळी निळी, हातात न येणारी क्षितिजपार. जणू ते निळं आकाशच पांघरून तू आलेली... असलं निळंभोर वस्त्र तुझ्या अंगावर. त्यात तुझ्या गौर वर्णाला आलेली निळसर छटा... वास्तवात परी यावी तशी तू त्या निळ्या वस्त्रात उन्हात दिसणारी.

...अशाच एका अबोल संध्याकाळी पावसाळी ढग नारिंगाचे समुद्र झाले होते. गडद फिक्या विविध छटांची नारिंगी अंगे घेऊन एकमेकांवर उसळत एकमेकांत मिसळत होते. रंगांचे सचेतन बदलते आकार एकमेकांत निराकारत सरकत होते. पुन्हा आकारत प्रवासत होते. त्यांना अंगावर घेत मी आकाशत होतो...

पावसानंतरची ती सायंकाळ. न्हालेली ओली पृथ्वी. झाडांवर, हिरव्या सृष्टीवर

सांडणारे-ओसंडणारे नारिंगी नारिंगी रंग... या समुद्रातून तू आकारणारी स्मितमुखी. अबोल सौंदर्यवती. नारिंगी रंगात अबोलपणे दंग झालेली. नारिंगी कांतीची जणू नितळ नग्न सतेज ज्योत... तुझ्या नारिंगी वस्त्राचा आठव. तुझ्या सोनचाफ्याच्या अंगकांतीला अधिक उठाव देऊन तुला अधिक देखणा करणारा. ते वस्त्र तुझ्या केवड्याशी कसं एकजीव होऊन जात होतं नि तू केवड्याचं मादक धुंद झाड होऊन वावरत होतीस... मनात विहरत आहेस.

फिकट गुलाबी रंगात एक एक दिवस तू न्हाऊनच येत होतीस... गुलाब पुष्पांचे धागे काढून विणलेली तुझी वस्त्रं... ही तलम गुलाबी वस्त्रं तू सहज खरेदी केली होतीस की सौंदर्य दृष्टीनं हेरून? या वस्त्रांच्या रंगाचे परावर्तन होऊन तुझ्या कांतीतील गुलाबी छटा अधिकच गुलाबी होऊन जात... तू त्यात न्हाऊन जायचीस... तुझ्या स्वप्नरंगी वस्त्रांच्या स्वप्नरंगी आठवणी मनात इंद्रधनुष्य उभ्या करून राहतात... का कुणास ठाऊक पावसाळ्यात ही इंद्रधनुष्यं मनात जास्त उगवतात.

अशा एकाकी क्षणी तुझ्या स्नेहार्द्र, प्रेमळ हास्याचे अनेक क्षण आठवतात. त्या हास्याचे चमचमते खडे मनात अजूनही चमकत असतात. तुला ठाऊक नसेल, तुझं हे जाई-जुईचं हास्य मी माझ्या डोळ्यांनी कितीतरी वेळा इतरांना न कळत झेललेलं आहे. मनाच्या ओंजळीत त्याला खारीसारखं खूप वेळ गोंजारत बसलो आहे. त्या हास्याच्या वेळची तुझ्या नीटस, सरळ, घोळीव नाकाची ठेवण, किंचित स्फुरणाऱ्या नाकपुड्यांची ठेवण, ओठांची हलकेच झालेली विलग, त्या ओठांच्या आतील एरवी पडदानशील झालेली अतिशय रेखीव मोतेरी दंतपंक्ती हास्याच्या वेळी हळूच दर्शन देणारी... अनुभवली आहे. अनेकदा असं वाटलं होतं की ते हास्य आपल्या ओठांनी हलकेच टिपून घ्यावं. तुझ्या त्या हासऱ्या ओठांवर, गालांवर, डोळ्यांवर स्पर्शाची कबुतरी उडवून द्यावीत. बारीक बारीक गुदगुल्या करणाऱ्या चुंबनांनी तुझ्या चेहेऱ्याला हजार मोगऱ्यांच्या वेलीसारखं फुलवून टाकावं.

पण तो क्षण उमलून येण्याइतका आपणाला कधी एकांत लाभलाच नाही. आपल्याभोवती नेहमी माणसांच्या, समाजाच्या, व्यवहाराच्या चौकटी उभ्या होत्या. आणि या चौकटीत राहूनच आपणाला बोलावं, वागावं, प्रसंगी कधी व्यवहार सांभाळण्यासाठी जाणून-बुजून दुर्लक्ष केल्यागत दाखवावं लागत होतं... अनेक वेळा तुझ्याशी बोलताना भावकल्लोळ आंदोलला. तो वर येऊच दिला नाही. कारण व्यवहाराच्या चौकटी दोघांच्याही भोवती होत्या.

तुला बघताना, तुझ्याशी बोलताना, तुला जवळपणाने अनुभवताना आजच्या या पावसाळी सृष्टीसारखं मनात तुडूंब भरून येत होतं. पण हा भावनांचा पाऊस

माझ्याच मनाच्या रानावर मूकपणे बरसत राहिला. आणि वर मी कोरडा, व्यवहारी, चौकटीतला असा वागू लागलो. या रंगीबेरंगी पावसात तुला मी मनमुरादपणे कधी भिजवलंच नाही. ही भावनांची बाग एका अज्ञात वसंताची वाट बघत आतल्या आत सुकूनच गेली... तुझं या बाबतीत काय झालं ठाऊक नाही. तुझ्या मनात माझ्याविषयी अशीच एक अनामिक, अथांग ओढ होती असं वाटतं. कोकिळेप्रमाणे ती लपून होती. तिला कंठ फुटत नव्हता. तीही एका विमुक्त वसंताची वाट पाहत होती. व्यवहाराच्या चौकटीच्या पिंजऱ्यात अडकलेल्या आपल्या पक्ष्यांना कंठच फुटू द्यायचा नाही, असंही आपल्या नकळत आपलं होऊन गेलं असेल.

या चौकटी सहज मोडून टाकाव्यात इतक्या हलक्या, खिळखिळ्या नसतात. परंपरा, रीतरिवाज, समाज-बंधनं, संस्कृती इत्यादींची अवजड ओझी या चौकटींवर असतात ती ओझी उधळून लावणं, त्यांना मोडून बाहेर पडणं यासाठी फार मोठी जोखीम आणि ताकद लागते. ती तुझ्यामाझ्याजवळ नव्हती... आजही नाही.

...या काचेतून पलीकडची निळी गूढ, पावसाळी धूसर सृष्टी स्वप्नासारखी दिसत आहे... या स्वप्नात तू दिसत आहेस. तू या सृष्टीस्वप्नात आहेस की माझ्या मनात आहेस? प्रत्यक्ष भास मात्र असा होत आहे की तू या गाडीबरोबर आकाशातील चंद्राची कोर सतत येत राहावी तशी येत आहेस. मधूनच ढगातून एखाद्या परीप्रमाणे मंद चालीने चालत आहेस. त्यांच्यावरून खाली उतरत आहेस. पदर हलकेच सावरत आहेस. क्षणभर तरंगत आल्यासारखी वाटत आहेस. जणू माझ्यातच येऊन थांबणार आहेस असं तुझं माझ्या दिशेनं चालणं... आज या प्रवासात मन अतिशय व्याकुळ होत आहे.

...एरवी झोपताना तुझी आठवण असतेच. तुझ्या आठवणी निघता निघताच झोप लागते. किंबहुना दिवसभराच्या व्यापतापांनी, घटना-गोष्टींनी व्यापलेलं, कष्टी झालेलं मन रात्री झोपतानाही अस्वस्थ, व्यग्र असतं. त्यामुळं झोप येईनाशी होते... अशावेळी तुझ्या आठवणी काढतो. मनावर गार पाण्याचा शिडकावा करत त्या येतात. तापलेलं मन हळूहळू निवत जातं. निवता निवता थंड होऊन डोळे मिटतं. मिटलेल्या डोळ्यांवर तुझ्या आठवणींची मोरपिसं हळुवार फिरू लागतात. सुखद गुदगुल्या करतात. त्या गुदगुल्यांतच खुदूखुदू हासत मी झोपी जातो.

पण आजची ही पावसाळी स्थिती मन अतिशय व्याकुळ करून टाकत आहे. एरवी झोपेची गुंगी आणणारी तू आज मात्र झोप उडवून मला विकल करून टाकत आहेस. एरवी तुझ्या आठवणींच्या अंगाईवर आंदोळणारं मन

आज प्रचंड हेलकावे खात आहे. मनातील हळुवार लहरींनी आज प्रचंड पर्वतांचं रूप धारण केलं आहे. त्या माथ्यावर आदळत आहेत. माथा भणाणून जात आहे. हे सगळं मी एकाकी सहन करत आहे. तू फक्त या धुक्यातून आहेस. हातात, मनात येतच नाहीस. गूढ स्पर्शून अलग राहत आहेस... तुझा हा स्पर्श आज शापासारखा मला होरपळत आहे... मला झीट आणत आहे... का असं? असं का? मी गोंधळून जात आहे. तुझा स्पर्श शाप की वरदान कळत नाही. का तुझी दूरता अनिवार्य आहे या जाणिवेनं हा भडाग्नी पेटला आहे?

...पूर्वी असं होत नव्हतं... तुझी-माझी ओळख झाल्यानंतरची पहिली दीर्घ सुटी आठवते. शेवटच्या दिवशी घरी जाता जाता तुला 'सुटीतील बेत काय' म्हणून विचारलं. तू खूप काहीबाही सांगितलंस. बराच लांबलांबचा प्रवास करणार असल्याचं कळलं. मजा मजा. मग तुझ्याबरोबर मीही हसलो, आनंदलो. तुला कौतुकलं. सुटी मजेत जाण्यासाठी शुभेच्छा दिल्या... पण आतून त्यावेळीही व्याकुळ होऊन गेलो होतो.

सुटीवर गावी गेलो. मनमुराद गावी राहिलो. मित्रांतून गप्पा-टप्पा करत हिंडलो. गावातून, आसपासच्या परिसरातून जुन्या आठवणी जागवत भटकलो... त्यावेळीही एकांतात असलो की अधूनमधून जिवात उगवत होतीस. गोड, अबोल हासत चाफेकळीसारखी मनाचा गाभारा भरून सुगंधित करीत होतीस. तुझ्या त्या विशिष्ट पद्धतीनं आदबशीर नमस्कार करून परीसारखी विरघळून नाहीशी होत होतीस. तास तास दोन दोन तास तुझा भावनिर्भर विचार मनात येऊन घनदाटत होता... पण अशा वेळीही मी उद्‌ध्वस्तत नव्हतो. निर्भर होऊन गाढ झोपी जात होतो. आजच्या सारखा झोप उडवून कधीच बसलो नव्हतो.

...आत्ता या क्षणी तुझ्या दोन आठवणी निघून जाणाऱ्या प्राणांसारख्या माझ्या भोवतीनं घोटाळत आहेत.

...एका पंधरा मिनिटांच्या सुटीत मित्रांच्या घोळक्यात मी होतो. कुणीतरी मला चावटपणानं प्रश्न विचारला की 'काय रे, तू कुणाच्या तरी प्रेमात पडला आहेस म्हणे.' मी नकारघंटा वाजवली नि काही तरी कुटाळक्या बोलू लागलो. अनपेक्षितपणे मित्राच्या मागून नि माझ्यासमोरून तू मैत्रिणींच्या घोळक्यातून जात होतीस. मित्राचं बोलणं ऐकता ऐकता माझ्याकडं बघून सहेतुक हासलीस. ते तुझं सहेतुक हासणं विचारत होतं की कुणावर तरी प्रेम केलं हे खरं असताना नकारघंटा कशाला वाजवता... त्या दिवसांत मी मनापासून माझ्या प्रिय माणसावर प्रेम करत होतो हे तर खरंच... पण ते तिथं सांगण्यात काय अर्थ होता?

जणू ह्याचं उत्तर तुला स्पष्टपणे हवं होतं म्हणून त्याच दिवशीच्या त्या अनपेक्षितपणे पडलेल्या नंतरच्या भेटीत तू मला विचारलंस, 'काय हो, कुणावर

तुम्ही प्रेम करता?’

त्यावेळी अगदी ओठावर आलं होतं, ‘तुझ्यावरच. तुझ्याशिवाय कुणावर करणार?’ पण बोललो नाही. थोडासा संकोचलोच. त्याला काही तरी फाटा देऊन वरवरचं व्यवहारी उत्तर दिलं... असं का वागलो कळत नाही. पण तुला आठवतं का माझे डोळे त्यावेळी तुझ्याशी खूप खूप बोलले होते. प्रेमाचे कलशच्या कलश ते तुझ्यावर न्हाऊ घालत होते. तुझ्या नितळ काळ्याभोर डोळ्यांना, ओठांना ओठ भिडावेत तसे माझे डोळे भिडत होते. तू ते भिडवून घेत होतीस. मुग्ध होत होतीस... तुझं ते सहेतुक जाणकार हास्य पुन्हा एकदा तिथं फुललं होतं. मुग्ध गुलाब-कळीसारखं माझ्या मनात कायमचं ताजं टवटवीत होऊन बसलं होतं. त्याच्या आठवणीनं मी अजूनही सुगंधून जातो. त्याच्याशी मोत्याचा खेळ मांडतो... हे हास्यही आज मनाशी खेळू धजेना झालं आहे.

...दोनतीन वेळा आपणाला क्षणभराचा एकांत लाभला. क्षितिजपार वाटणारं तुझं निळं स्वप्न मी श्रीरंग होऊन घेतलं, आकारता आकारता निराकारणारा तुझ्या मनाचा नारिंगी मेघ मी चातक होऊन अनुभवला, तुझ्या स्पर्श केंद्रांचा नाजूक गुलाब मी भ्रमर होऊन अलगद टिपला... फुलपाखराच्या ओठांनी अलगद चुंबला. मी संवेदनांच्या कारंजांनी बहरून गेलो नि तू कारंजात भिजणाऱ्या फुलांच्या ताटव्यासारखी गुलाबी गुलाबी होऊन गेलीस... हे क्षण त्रिवार अमर झाले. तुझ्या नितळ गालांवर, हनुवटीवर, सायीसारख्या ओठांवर त्रिकालाबाधित सत्य होऊन ठसले... आतापर्यंत त्या क्षणांचा आठव झाला की अजूनही ओठ थरथरायचे. उगीचच! मग मी ओठांवरून मांजरीसारखी जीभ फिरवून घ्यायचा... गुळचट चव अनुभवाला यायची.

...पण आत्ता या क्षणी ओठ स्वत:लाच हरवून बसले आहेत. मनाचा आजचा सूर अतिशय निर्दय आणि गहन वाटतो आहे.

तू तशी आता परस्वाधीनची असूनही तुझ्या आठवणींनी मी का वेढला गेलो आहे? या वेडाला काही अर्थ आहे का? माझ्या मनाबरोबर तुझा सततचा प्रवास सुरू आहे. मला एकांत मिळाला की तू माझ्यातून बाहेर येतेस. माझ्याशी मुग्ध क्रीडा करू लागतेस. वाचन करीत असताना एखादं चांगलं वाक्य, एखादा चांगला विचार भेटला तर तुझी आठवण निघते... तो म्हणतो,

“ती विचार कुठाय?”

“कशाला?”

“तिला मला भेटायचं आहे. आपणा दोघांच्या सहवासात ती असती तर तुम्हा दोघांना खूपच आनंद झाला असता... तुम्हा दोघांच्या संगतीत माझी चव तुम्हाला अधिक उत्कटपणे अनुभवता आली असती.” ...आणि मग तुझ्या

आठवणी मनोमनच वाढत जातात. कमळे फुलावीत तशा दाटून येतात. मन त्या कमळांचं एक धुंद सुगंधी सरोवर होऊन जातं. जुन्या आठवणींच्या पोटी मनोमनी नव्या घटना जन्माला येतात नि त्यांच्या पुन्हा नव्या आठवणी घडतात... आठवणींचं एक कमळ-विश्व. आणि मी त्या आठवणींचा विश्वकर्मा.

तसा मी आज संपूर्णत: स्वाधीन नाही, अंशत: तरी परिबद्ध आहे. माझा उरलेलो नाही. तरीही मी या बंधनापलीकडे तुझ्यात रमू पाहतो आहे असं का? तूही तशी कल्पनेतीलच. प्रत्यक्षातील आज तू काय आहेस मला ठाऊक नाही.

...माझं सगळं हे कल्पनाविश्वच का? इतर कोणत्या कल्पनांची मला ओढ का लागत नाही? कल्पनेतील तुझीच तेवढी का लागते?... माझ्या मनातील माझी आदर्श स्त्री तर तू नव्हेस? मला हवी तशी असलेली. प्रत्यक्षातील 'तू' मधून मी 'ती' वेचलेली आणि मनोमन घडवलेली. ती घडवून तिच्या प्रेमात तर मी पडलो नसेन?... या आदर्श स्त्रीचं माझं स्वप्न वास्तवात कधीच आलं नाही, म्हणून तर तुझा ध्यास मला लागला नसेल?... म्हणून तर तू सतत माझ्या मनाबरोबर प्रवास करत नसशील?

...का ही एका नराची एका मादीसाठी असलेली ओढ? पण हे खरं असलं तरी एवढंच खरं नाही. तशी कोणत्याही उत्फुल्ल नराला कोणतीही उन्मत मादी पुरेशी असते. अंधारात तर सर्व शून्य असतं. काळं-गोरं, रूप-विद्रूप, सुंदर-असुंदर सगळं सारखंच. वासनाच मुळी आंधळी असते. प्राण्यातला नर हा खरा नर तेव्हाच असतो की जेव्हा तो वासनासक्त असतो ...मी तेवढाच नाही. आणखी खूप खूप आहे. तूही केवळ मादी नाहीस; आणखी खूप खूप आहेस.

...हे 'आणखी खूप खूप' म्हणजे काय? तेच मलाही कळेनासं झालं आहे. खूप गुंतागुंतीचं आहे ते. फक्त एवढं कळतं आहे की या आत्ताच्या स्पंदन-क्षणी, या गर्द पावसाच्या थबथबत्या काळी डोंगर, दऱ्या, राने, आकाश गर्भाशयाप्रमाणे धूसर निळे झाले आहेत. या धूसर निळ्यात तू जन्मत आहेस. तुझ्यात धूसर निळे जन्मत आहे. डोंगर, दऱ्या, राने, आकाश... सगळी ही आत्ताची सृष्टी तू आहेस. तुला ती माखून उभी आहे, तिला तू माखून उभी आहेस... मी मात्र या काचांच्या आत गतिमान, कोरडा, वरून सुस्त पण आतून सचेतन धुमसणाऱ्या 'मी' च्या भोवती तुझी सृष्टी, सृष्टिमय तू. माझ्या जिवाचा ठाव घेत माझ्या अंतापर्यंत, माझ्या अस्तित्वापर्यंत माझ्यातच अस्तित्वमय विहरणारी... क्रीडा करत राहणारी... मला पडलेलं हे कोडं तुला कधीच पडलं नसावं... मला असा भळभळत्या धमणीसारखा स्पंदत ठेवून तू संसारात उभी राहून किती दिवस माझी तगमग बघत राहणार?

◆

स्नेहसखी

उन्हं म्लान होऊन उतरणीला लागतात. समोरच्या झाडावर पडलेला गुलाबी प्रकाश मूक मंद होतो. दिवसभर फुललेल्या मनाच्या पाकळ्या किरणांच्या गतीनं मिटू लागतात. हातातलं वाचन-लेखन नकोसं होत जातं. डोळे त्यातून निघून भिंतीच्या हिरव्या मुग्ध रंगावर खिळतात. नि:शब्द हलणाऱ्या त्या झाडांच्या सावळ्या छाया भिंतीवर पसरतात. हिरव्या मुग्धतेवरच्या मुकाट हालचाली. मी उदास होतो. असं का होतं कळत नाही. पातळ पापुद्र्यांसारखे वरवरच्या सामाजिक, सांस्कृतिक मनाचे संदर्भ सुटू लागतात...

पापुद्रे बाजूला सरकून गेले की तळातील रसरसता ठोसर सुगंधी कोंभ जागा होऊन वर येऊ लागतो. कॉंक्रिटच्या भिंतीची खोली नको वाटू लागते. खरं तर त्या खोलीत सगळं ठीक असतं. आराम करायला पलंग असतो. पलंगावर सुस्ती आणणारी मऊ गादी असते. आळसटून गेलेल्या अंगाला ती जवळ घेते नि हवा तेवढा विसावा देते. आसपास आवडणाऱ्या उत्तम पुस्तकांचं स्वयंभू विश्व असतं. त्यातलं कोणतंही सुंदर दालन उघडावं नि त्यात प्रवेश करावा. खुरडणाऱ्या वास्तवाला दाराबाहेर घालवावं... तरतरी हवी असेल तर हाक मारल्याबरोबर हवा तसा गुलाबी चहा तयार असतो. जिच्या सहवासात अनेक संसारी स्वप्नं साकार झाली, जिनं सगळा संसार समजूतदारपणे सावरला आहे, सावरत आहे अशी प्रेमळ पत्नी आत चांगला-चुंगला स्वैपाक तयार करीत असते. जिवंत हासरी ऊब देणारी मुलं गच्चीत खेळत असतात. उत्कटपणे अनुभवायला मिळणारं ह्यांतलं काहीही माझ्यासाठी सिद्ध असतं.. पण अशावेळी यातलं काहीही नको असतं. मनानं यातून कासवासारखे पाय आकसून घेतलेले असतात. त्याला दुसरीच कसली चाहूल लागलेली असते.. वृत्तीच्या खोल

अंधारातून ध्वनींसारखी ती कानांवर पडत असते. कुणाची... कसली... कशासाठी ते कळत नाही. सगळं अनामिक, अस्पष्ट, न कळणारं.

सगळा पसारा तिथंच हताश होऊन पडतो. मी त्यातून उठतो. स्वच्छ ताजे कपडे करतो. थोडा सुगंधून घेतो. नाकाला बरं वाटतं. घरातून स्वत:ला काढून घेतो. मग मला एकट्याला घेऊनच खाली बघत निमूट पावलं टाकतो.

बाहेर सार्वजनिक गर्दी पसरलेली असते. उद्योगी, कार्यरत, कर्तव्यदक्ष गर्दी. कामाला जाणाऱ्या, परत येणाऱ्या माणसांची रस्त्या-रस्त्यावरची गर्दी. गाड्यांतून, गाठोड्यांतून, टोपल्यांतून माल खपवणारे व्यापारी आवाज. श्रीमंती आणि गरिबी यातील सांस्कृतिक तोल सांभाळणारी चार चाकी, तीन चाकी, दोन चाकी धावती वाहने... या सामाजिक गर्दीत मला रस्ता नसतो. धक्के बसत असतात. मला कुणी ओळखत नाही... आत उगवलेला कोंभ इथं कुणाच्या तरी पायाखाली, रद्दड काळ्या चाकाखाली चिरडेल...

मी हळूच स्वत:ला घेऊन बाजूला सटकतो. नकळत बाजूला छोट्या रस्त्याला लागतो. गर्दी नसलेला, निवांत, नीटस रस्ता. बाजूच्या बंगल्यांतील विविध झाडे, विविध वेली. त्यांची विविध पाने नि विविध मने. त्यांचे विविध रंग नि त्यांच्या विविध गडद-फिकट छटा. गर्दीपासून दूर बाजूला असलेले नैसर्गिक विश्व. रस्त्याच्या दोन्ही बाजूंना आदब ठेवून झुलणारे. त्यांच्यामधून चालताना माझ्या देहाला डौलात चालवणारे. तो रस्ता मला माझ्या व्यक्तिमत्त्वाची जाणीव हळुवारपणे करून देतो... माझं असामाजिक, नि:संदर्भ, मूलधर्मी व्यक्तिमत्त्व.

...आतापर्यंत बंदिस्त असलेली माझी पावलं अनामिकेच्या घराकडं भारल्यासरखी निघतात. मन तिच्यानं भरून येतं. कार्तिकातल्या सूर्योदयापूर्वी पूर्वा गुलाबी रंगांनी हळूहळू अबोलपणे भरून यावी तसं तुडुंबत जातं. तिची अनेक रूपं डोळ्यांसमोर तरळू लागतात.

पावलं डोळसपणे चालत असतात. मुग्धपणे एका पायवाटेला लागलेली असतात... शहरापासून अलिप्त, निवांत घर येतं. गर्दीपासून दूर असलेलं... मनातून उगवून आल्यागत झाडीच्या परिसरात लपत-छपत आकारलेलं...

इथंपर्यंत येईस्तवर माझ्यातील संसारी टरफलं उकलून गळत गळत गाभा तेवढा उरलेला असतो. मनात खोलवर दरवळणारा सुगंध उत्कटपणे वर येत असतो. त्यानं गंधित होऊनच दारात पावलं पडतात. ती सामोरी येते, "कसा हाक मारल्यासारखा आलास! रात्री स्वप्नात आला होतास... मला सारखं वाटत होतं की तू आज भेटशील." तिच्या झुलणाऱ्या फांदीवर हळुवार एक रसरसतं हिरवं पान उगवतं.

तिला सारखं वाटत असतं मी भेटीन म्हणून. मला सारखं वाटत असतं

ती भेटेल म्हणून... या वाटण्याचं एक मंद्र सुरातलं स्फुरण सततच अंतर्यामाच्या विहिरीत खोलवर पारव्यासारखं उंकारत असतं. जेव्हा जेव्हा मला ती भेटेल तेव्हा तेव्हा तिला वाटत असतं की आताच याचं आपण स्मरण केलं, मनातून हाक मारली नि हा आला. आणि मीही ती जणू हाक मारत आहे असं वाटून तिच्याकडं नकळत भारल्यासारखा गेलेला असतो.

...असं का होतं? मला प्रश्न पडतो. तिलाही तो प्रश्न पडतो. वरवर याचं उत्तर सापडतं: उघड आहे. तू तिचा प्रियकर आहेस. ती तुझी प्रेयसी आहे. म्हणून तुम्हा दोघांना एकमेकांची अनावार ओढ आहे.

खरं पाहता असं काही नसतं. ती तिच्या संसारात सुखी असते. तिचा नवरा, तिचं घर, तिची माणसं या सर्वांत ती रमलेली असते. माझंही तसंच आहे. मी संसारी पुरुष म्हणून सुखी असतो. परंपरागत रिवाजानुसार चालत आलेल्या दोघांच्याही संसारात दोघांना मिळणारं संकेतसिद्ध संसारी सुख कुठं कमी नसतं. मग ही एकमेकांना एकमेकांची उत्कट ओढ का?

...सागरासारखे अथांग वाटणारे निळेभोर डोळेही तिला नाहीत नि अलौकिक पिठोरी पौर्णिमेची गौर कांतीही नाही. जास्वंदासारखे रसरशित पातळ नि पाहिल्याबरोबर विड्याच्या कोवळ्या पानासारखे खावेसे वाटणारे नाजूक ओठ नाहीत की देखताक्षणी मिठीत घ्यावासा वाटणारा लवचिक शेलाटा बांधाही नाही. कुठंही ती सौंदर्यात विलक्षण नाही की दैवी व्यक्तिमत्त्वाची भेदक-वेधक शक्ती तिच्या दृष्टीत नाही. फार फार गौर नसलेला सोनेरी केतकीसारखा वाटणारा मध्यम गौर रंग आहे. कोणत्याही वस्त्राचा रंग खुलून दिसावा अशी कांती. नेहमीचेच पण विशेष काळेभोर वाटणारे निर्झर-पाण्यासारखे नितळ डोळे. भव्य कपाळाला शोभणाऱ्या रेखीव स्वाभाविक भिवया. नीटस नाक मात्र रोमन पुतळ्यासारखे कोरलेले वाटणारे. मेहरपी जिवणी, सघन बांधा आणि किंचित डोळे वर करायला लावणारी उंची. त्यांचा अचूक मेळ साधणारी शरीराची ठेवण. त्याला शोभणारी संथ गजगामिनी डौलदार चाल. शब्दांतील नाजूक हेलकावे. आवाजातील खडीसाखरी गोडवा. स्वभावातील ऋजुता नि कलेतील अबोल मुग्ध अभिजात रसिकता. या सगळ्यांचा सुवर्णसंगम तिच्याजवळ आहे. यांतील सर्व काही एकेकश: कुठंही व्यवहारात दिसतं. पण इथं ते मार्मिक परिमाणं घेऊन अतिशय प्रमाणबद्धतेनं एकत्र आलं आहे. हे सगळं पृथ्वीवरचं आहे. या मातीशी नातं सांगणारं. वास्तवातील असूनही वास्तवाचं लक्ष तिच्याकडं जावं अशी ती. माणसाचं लक्ष वास्तवातील अशा अनेक वस्तूंकडं जातं. ते जातं; क्षणभर रमतं; पुढं निघून जातं. रसिक मनाचं नेहमी असं होतं. यापुढं विशेष काही घडत नाही. असं असूनही तिनं माझ्या मनाला मात्र वेध लावला. नव्यानं प्रथमच भेटली; पण

जुनी जुनी ओळख सांगत आयुष्यात आली.

...कधी आणि कशी आलीस तू माझ्या आयुष्यात? ...तशा तारखा, सालं आठवतात. पण या नोंदीचे घड्याळावरचे क्षण गाठून तू का आयुष्यात आलीस? त्या योगायोगानं केवळ भेटी होण्याच्या वेळा होत्या. त्या अगोदरच केव्हातरी तू आयुष्यात आली आहेस. तुझ्या-माझ्या मनाच्या संस्कारक्रिया, धारणा, स्वप्ने घडत होती तेव्हाच केव्हा तरी. तुझा स्वभाव, तुझ्या जगण्याच्या कल्पना, तुझ्या आवडी-निवडी, तुझी रसिकता जेव्हा घडत गेली तेव्हाच माझेही घडणारे सूर तुझ्याशी संवादत जमत गेले... ते उशिरा एकत्र आले एवढेच. कारण ते त्या अगोदर एकमेकांना प्रत्यक्ष ठाऊक नव्हते. उशिरा आले तरी जुन्या जुन्या ओळखीनिशी सामोरे आले.

मग कुठं तरी वास्तवातील पहिली भेट. ही भौतिक ओळख वाढेल तशी ती मला आठवणींनी जास्त जास्त अस्वस्थ करू लागली. ओळखीचे दिवस दाटदाट होत गेले. संगीत, साहित्य, काव्य, सौंदर्यवस्तू याविषयीची तिची मतं, तिची रुची कळत गेली नि मी जास्त जास्त व्याकुळ होऊ लागलो. . . अशी व्याकुळता पूर्वी कुणामुळे निर्माण झाली नव्हती... तिचं माझ्या जिवात येणं हे मनाच्या देठावरचं कळीचं उगवणं होतं. देठाचाच जीव घेऊन उमलणं, फुलणं. देठावर कोणत्या क्षणी कळी धुमारली हे मला कसं सांगता येईल? त्या कळीच्या पावलांनीच ती माझ्या आयुष्यात आली.

तशा सहवासात, परिचयात, ओळखीत अनेक जणी आल्या. अनेक जणींनी काही काळ लक्ष वेधून ठेवलं; पण काही काळच. काही ठिकाणी डोळे सौंदर्यावर खिळत; पण मनाची ओळख झाली की खळखळणाऱ्या ओढ्याइतकंच ते उथळ आहे याचा अनुभव येई. कित्येक वेळा मनं अथांग सुंदर असली तरी डोळ्यांना खरखरी जाणवे. जीव लागत नसे. बुद्धीची गुणवत्ता जाणवली तरी मनानं त्या कोरड्या; खरखरीत वाटत. कलावंत, मर्मज्ञ असल्या तरी पुरुषी, उद्धट वाटत... कुठं ना कुठं तरी सूर जमत नसे. शिवाय माझ्या सुरालाही तसं दैवी सौंदर्याचं अगर गुणवत्तेचं आकर्षण नाही; पृथ्वीवरच्या वस्तूंचंच आहे. पण त्या वस्तूही मनासारख्या अंतर्बाह्य सुंदर वाटाव्या अशा क्वचितच भेटत. त्यापैकीच ही एक अति क्वचित भेटणारी मनोरूपा...

...या पलीकडं आणखी एक लवलवता पापुद्रा आहे. न कळत कधी तरी एक स्वप्न माझ्या मनात आकार घेऊन बसलं होतं. आपला साथी कसा असावा याबद्दलचं. त्याचे पाय वास्तवातच उभे होते... पण अजून मीच पुरता आकारलो नव्हतो. माझ्या पंखांवरच्या रंगच्छटा माझ्या मलाच स्पष्टपणे कळल्या नव्हत्या. अशा काळातलं ते स्वप्न. पण त्या काळातच सत्तीनं साथी निवडण्याइतके

अंतर्बाह्य तणाव निर्माण झाले नि व्यवहारी विचार केला. अंतर्मनापेक्षा बाह्य परिस्थितीला सामोरा गेलो. कुटुंबसंबंध, परंपरा, घरचे संकेत, अपेक्षा, तथाकथित सामाजिक सांस्कृतिक सुरक्षितता, कमकुवतपणातून निर्माण झालेले गंड यांना शरण गेलो. त्या दाबाखालीच साथी निवडला... सगळं ठीक झालं. एक नर एक मादी यांचं लग्न लागलं. दोन दाव्यांची एक गाठ बांधली. इच्छा असो वा नसो; एक हुकमी नर नि एक हुकमी मादी यांना समाजाच्या शिस्तीनं एक हुकमी घर करून राहायला सांगितलं.

या समाजात स्थिरस्थावर होता होता स्वप्न मनातच राहिलं. त्यावेळी ते बालिश, काव्यमयही वाटलं, अशक्यही वाटलं. कुठं निघून गेलं काही पत्ताच लागला नाही.

...संसार सुरळीत चालू झाला. सगळं ठीक झालं. अंगवळणीही पडलं. बहिर्मुख वृत्ती सुखीही झाल्या. पण या बहिर्मुख प्रेमळ संसाराच्या वाटचालीत आतून खऱ्या जगण्याची संगत अधिक वाढत गेली. त्याच्या संगतीनं निसर्ग नि मानवी मनाच्या अंतर्मुख वृत्तीचा तळ शोधत राहणं, तिथं उभं राहून आविष्कारणं वाढत गेलं. संसारातील मी आणि हा मी वेगळा आहे याची जाणीव झाली.

अशा वेळी एकटं एकटं वाटतं... अथांग एकटं, या एकटेपणात अथांग पसरत जाणारं जगणं, हे जगणं अधिक सच्चं, अधिक मनस्वी तरी अधिकच व्याकुळ करणारं याचाही प्रत्यय येतो. किती एकटा एकटा? निर्गुण निर्विकार आत्म्यासारखा...

अशा वेळी संसाराची नको वाटणारी हाक येते; "एवढी भाजी आणता का?" मी भाजी आणतो. "भांड्यांवर झाकायच्या ताटल्या मोडल्या आहेत." मी ताटल्या आणतो. "तांब्या-पितळेची मोड घालून आलं पाहिजे." मी घालून येतो. एखादं नवं भांडं मोडीच्या बदलात संसारात येतं. ...रॉकेल, रेशन, चहा-साखर, औषधे, कपडे, यांना भेट, त्यांना भेट! रविवारी सिनेमा, नाटक, फिरणं किंवा असंच कुणाकडं चहाला जाणं. खोट्या खोट्या गप्पा, उगीउगीची कोडकौतुकं करून चहा मिळाला की परत येणं. उरलेले सहा दिवस नोकरी. हे संसारी जगणं.

...हे जगणं नव्हे; हे मरणं. जगण्याचा आभास. या काचेच्या मण्यांना माणकं मानून जगण्यात फार वेळ मनाचं समाधान होत नाही. संसारी पत्नीही या सर्वांसहच सामोरी येते. कोणत्याही क्षणी ती संसारी असते. त्यानं वेढलेली. संसार हे तिचं साध्य. संसार आणि त्याच्या उपाधी उण्या करून कुणाही संसारी मनाला कधी एकमेकासमोर जगताच येत नाही. पतिपत्नींच्या अत्युत्कट क्षणांच्या गाढ मिठीतही भांडीकुंडी येतातच. पायाखालची भुई स्वैपाकघराची असते नि

आजूबाजूला डाळी-तांदळांचा वास वातावरणात भरलेला असतो. तो त्या उत्कट मिठीच्या वेळीही नाकात, पोटात, ओठांत घुसतो. टाळता येत नाही. कुणाही संसाऱ्याची हीच स्थिती... हे तुम्हाला कळतंय की नाही मला माहीत नाही. माझ्यासारखे एकटे एकटे झालात तर निश्चित कळू शकेल.

अशा एकट्या वेळी सामाजिक गर्दीला टाळून, संसारी संदर्भ तोडून मी मला घेऊन त्या व्यक्तिमत्त्वाची जाणीव देऊ करणाऱ्या रस्त्यानं पावलं उचलतो. तिच्याकडं जाऊन आतील वृत्तींनी फुलून येतो. तीही सहस्त्र पाकळ्यांनी उमलते. विविध रूपं धारण करते. जुनाट सहस्त्रमूल निर्विकार खोडानं, हिरव्या रेशमी पानांनी, रंगदार फुलांनी आकार धरत जागच्या जागी नाचावं तसं होतं. कधी मग दोघे भावमुग्ध होतो... कधी लाडेलाडे रुसलेली नखरेल ठुमरी, एखाद्या वेळी प्रसन्न सोज्ज्वळ आसावरी, तर एखाद्या क्षणी शृंगारलेली लावणी; एखादा क्षण वीर-विलासी पोवाडा. कधी दुःख सांगतो, कधी सुख सांगतो. कधी स्वतःला एकमेकावर उधळतो; कधी कसल्या जाणिवांनी संध्याकाळच्या फुलासारखे आकसतो, मिटू लागतो. कधी कलास्वादात तर कधी सृजनाच्या स्मरणात डुंबतो... सूर जमतात नि एक झपूर्झाची फुगडी सुरू होते; कृष्णराधा, राधाकृष्ण... कृष्णात राधा, राधेत कृष्ण! शब्दाला शब्द टाळी देतात, डोळ्यांना डोळे भेटतात. खोल भावनांचे हात हातात येतात नि मातीच्या भुईवर पिंगा घालतो... दोन उत्कट जिवांची निसर्ग-फुगडी ती. हिला ना वेळेचं, ना स्थळाचं भान. थोर होऊन जगणं एवढंच तिला अजाण अवधान राहतं.

शेवटी भान हे येतंच. मग चिमुरड्या सुरवंटी पाखरासारखं होऊन आपण संसारी भिंतीवर उतरतो... पण घरी जाताना मनं कशानं तरी गजबजून येतात.

मन शिगार भरून टाकणारी ही सखी म्हणजे कधी काळी अपुरं राहिलेलं आपलं स्वप्न पुरं करायला आलेली वास्तवातली परी असते. आपलं भावजीवन ती परिपूर्णतेला नेत असते. आपल्या व्यक्तिमत्त्वातील मौलिक गुणांना जोपासण्याचा जणू वसा तिनं घेतलेला असतो. त्यांना गोंजारत-कुरवाळत, सुखवत-खुलवत भोवती ती फेर धरते. स्वतः हसून आपल्या प्रसन्न वृत्तींना चेतवते. स्त्री असून संसारी नसते. तिच्या सान्निध्यात आपणही गृहस्थ नसतो; फक्त पुरुष असतो. दोन जिवांच्या नितळ नग्न भावनांचा मौलिक विलास तिथं चालतो. आदाम आणि इव्हसारखा... दोघांनी एक उष्टं सफरचंद खायचा आदिसंवेद्य विलास. संसाराच्या खडतर कार्यातील जाडीभरडी वस्त्रं क्षणभर बाजूला ठेवून निर्लेप मनानं निर्लेप मनाला जिवंत सुख देणारी एकमेव सखी हीच असू शकते. खोल मनात म्हणूनच तिच्या ओढीचा उत्कट पारवा घुमत असतो.

मात्र ही सखी स्नेहसखीच राहावी. सप्तपदीत तिला ओढू नये. स्वतःच्या

नावाचा काळा परवाना तिच्या गळ्यात बांधू नये. नाहीतर मग अमृताची काकवी होते. सखीची कारभारीण होते आणि आपणाला संस्कृतीच्या गोठ्यात बांधते.

...सखी मिळणं हा जन्मकुंडलीतला दुर्मिळ योग आहे. प्रत्येकाच्या तिथी-गतीशी, घडणी-मोडणीशी त्याचं दृढ नातं असतं. लग्न होवो अथवा न होवो, तिचा नि लग्नाचा काही संबंध नाही. ती स्त्री असून प्रेयसी नसते, पत्नी नसते आणि गर्लफ्रेंड नावाची मैत्रीणही नसते... ती स्त्री असते आणि आपण पुरुष असतो एवढंच. असं मात्र असावं लागतं. अस झालं की पुरुषाला परिपूर्णता येते. उत्कट होता येतं. मनाच्या मूळ गाभ्यापर्यंत वृत्तींना जाता येतं. त्यांच्या सुगंधात विकसता, विलासता येतं. सखी ही आत्म्यानं बांधलेली प्रकृतीची पूजा आहे.

...आत्मा असेलच तर त्याला एखादा अतिशय स्वाभाविक उग्र सुगंध असावा. हा सुगंध त्या अनादी अनंत आत्म्याइतकाच जुना असावा. किंबहुना हा निराकार अविनाशी सुगंध म्हणजेच आत्मा असेल. या आत्म्याला आपण या पृथ्वीवर जगावं कसं, फसावं कसं, संसार नावाच्या पिंजऱ्यात स्वातंत्र्य नावाचं सुख भोगावं कसं इत्यादी शिकवतो. अस्वली गुदगुल्या करून मनातलं खरंखरं मनातच ठेवायला लावून वरवर हसायला सांगतो. पुढं पुढं याची सवय होते. या सवयींनी भरलेल्या कचऱ्याच्या टोपल्या आत्म्याच्या कोंभावर आपण टाकतो नि आयुष्याचा एक रंगीत ढिगारा रचतो. आत्मा सुगंधासह ढिगाऱ्याखाली बेपत्ता होतो.

पण काही काळानं त्याचं बंड सुरू होतं नि तोच स्वयंभू त्या पहिल्या स्वरातनं वर उठायला, उंकारायला बघतो. या ढिगाऱ्याखालनं त्याला वर काढायचा असेल तर हाकेच्या अंतरावर कुणी तरी लागतं. "त्या कचऱ्याच्या ढिगातंन ऊठ. जरा मोकळ्या हवेत बाजूला ये" असं कुणीतरी हाकारावं लागतं. त्या हाकारणाऱ्या अनामिकेचं नाव काहीही ठेवा. सखी... स्नेहसखी... काहीही. हीही अशाच कुठल्या तरी ढिगाऱ्याखालची दडपलेली प्रकृती असते. निसर्गाची लकेर शोधत ती मायावी हरिणी वारा प्यायला मोकळ्या हवेत येऊ पाहत असते. तुमच्या आत्म्याचा सुगंध हुंगता हुंगता स्वतः नटते. नाचते-बागडते, अनेक विभ्रम करते. त्याला सुखावून सोडते.

माझ्या आयुष्यात हा योग असाच आला नि विकल जिवाची मरगळ संपली. उकिरड्यात उगवलेल्या केकताडासारखा उसळी मारून माझा जीव वर आला. या अनामिकेच्या भेटीनं समृद्धला.

ही अनामिका शेजारी असेल तर कामाला उत्साह येतो. घोळक्यात असेल तर गप्पांना चांगला सूर लागतो. हा खास सूर गप्पिदासांसाठी नसतो. त्यांच्या

निमित्तानं सखीला फुलं यावीत म्हणून असतो. ती येणार असेल तर आपल्या व्यक्तिमत्त्वाला डौल येतो. ती कायमच आसपास असेल तर आपल्या पोशाखात, पावलांत, उभं राहण्यात, चालण्यात-बोलण्यात पुरुषी रूबाब येतो. आणि तिच्यातही प्रकृतीचा नखरेल, नटेल, ठुमकणारा दिमाख येतो. परस्परांची जीवनं एकमेकांच्या आधारांनी पोसतात, विकासतात, समृद्ध होतात. ...जिवाशिवाचा सूर धरतात. एकमेकांच्या सुख-दु:खात मग रमून जाण्याचा आनंद असतो. मनापासून काही द्यावं-घ्यावंसं वाटतं. ते दान स्वत:च्या विलीनतेचं असतं. भक्त देवाला सर्वस्व देतो तसं. मीरेनं श्याम विकत घेतला होता म्हणतात. खरं म्हणजे मीरेनं स्वत:लाच विकून घेतलं होतं. घनश्यामाच्या स्वाधीन, त्याच्यात विलीन झाली होती. घन:श्यामाचंही तसंच झालं असणार. मनाची ही अवस्था म्हणजे अशक्याला शक्य करणारी पराचा 'स्व'ला रंग घेण्याची स्थिती असते. रंगात रंग नुसते मिसळून जात नाहीत; एकरूप होऊन वेगळेच रूप धारण करतात तशी.

तिच्यामुळं सगळ्या जीवनालाच कलाटणी मिळते. आपण आशावादी, रसिक होतो. मग जीवनाचा रस नीटपणे चाखता येतो. तिच्या सहवासात दु:खसुद्धा रुचकर होतात. त्यांच्या आविष्कारानं तीही उत्कट होते आणि ऐकता ऐकता आपणही खऱ्या अर्थानं सम-रस होतो. आत्म्याच्या देठापासून हुंकारतो. दंभ करावा लागत नाही की ढोंग करावं लागत नाही. खरं बोलणं, खरं ऐकणं; खरं भोगणं; खरं जगणं तिथे सुरू होतं. काहीही खरं जगता आलं की जगावंसं वाटतं. स्नेहसखी ते शिकवते.

स्नेहसखीचा हा सोनेरी सहवास परीच्या संगतीसारखा असतो. अतिशय तरल, पातळ त्वचेचं ते एक स्वप्न असतं. डोळ्यांत तेल घालून, श्वासांचाही धक्का न लागू देता ते जपावं. कुणाला सांगू नये. त्याचा सुगावाही लागू देऊ नये... आसपास टरके कावळे तिरळा डोळा ठेवून बसलेले असतात. ते टरकावतील. घाणीत बुडवलेल्या तोंडानं त्या फुलपाखराच्या पाऽर चिंध्या करून मटकावतील.

◆

तिचे झाड

सुटी. पाऊस नाही. उघडीप आहे. बाहेर बरेच दिवसांनी ऊन पडले आहे. अनेक दिवस कामांच्या रेट्यात निवांतपणा कसला तो मिळाला नाही. आज मानसिक विसावा हवा आहे. काहीतरी मनभरे, उत्कट लिहावे असे वाटते आहे. आंघोळ केल्यावर अधिकच उत्साह आला आहे.

घराच्या भोवतीनं छोटी छोटी झाडं पाहत, प्रसन्न झुळूक अंगावर घेत एक फेरी मारली आहे...तिची आठवण होते आहे. सुटीच्या दिवशी ती कधी कधी येत असते. गप्पा मारून निघून जात असते. एरवी नोकरीच्या दाव्यात अडकलेली असते.

...लिहायला बसण्यासाठी बैठक नीट केली आहे. खिडकी उघडून समोरच्या निळ्या आकाशाकडं, पांढऱ्याभुऱ्या ढगांकडं, हिरव्या टेकडीकडं, झाडांच्या रांगांकडं पाहत आहे. समोरच्या खिडकीतील पातळ नाजूक टिकली पानांचा शेवगा मंद झुलत आहे... लक्ष वेधून घेत आहे. तरीही मी मनात काही गोळा करत फेऱ्या घालतो आहे. उत्कट होत चाललो आहे.

...एक ताजं पत्र दारातून टपकन खाली पडतं. जुन्या घराच्या मालकाच्या भावाचं पत्र. अनपेक्षितपणे आलेलं. तो तसा माझा जवळचा कुणी नव्हे. माझ्याच व्यवसायक्षेत्रात असल्यामुळे परिचयाचं रूपांतर स्नेहात झालेलं. परगावी नोकरी करतेला. मजकूर वाचून अस्वस्थ झालो. दीर्घ पत्र.

'दोन वर्षांपूर्वी तुम्ही जुना वाडा सोडून गेलात. आणि दादांनी त्याची मोडतोड करून अधेमधे छोट्या छोट्या भिंती घातल्या. अनेक खोल्या केल्या. तो वाडा आता गजबजून गेला आहे. दोन खोल्यांतच राहण्याची ज्यांची आर्थिक कुवत आहे अशी कुटुंबं तिथं कळपानं धावत आली. बिचारी मेंढरं. पूर्वी आमचं

तुम्ही फार लांब राहायला गेलात. खरं तर ते एका दृष्टीनं बरंच झालं...' आणखी बराच घरगुती मजकूर होता... माझ्या मनासमोर तो जुना वाडा उभा राहिला...

ज्या वाड्यात मी राहत होतो तिथला आसपासचा समाज शहरप्रदूषित झालेला. जगावर चिडून त्रस्तपणे जगतेला. माझ्या मुलांच्या अंगावरची धडशी कपडे बघूनही तो चिडे. माझ्या पायातल्या न तुटलेल्या चपला बघून तो मला शिव्या देई. मला तिथं भयानक अस्वस्थ वाटत होतं. क्षुल्लक क्षुल्लक गोष्टीला मोठी किंमत मोजावी लागत होती. त्यांचा खुनी हल्ला माझ्यावर कधीतरी अचानक होईल असं वाटे. आणखी खूप भोवतीनं काहीबाही असं होतं की मला ते पाहणं, डोळ्यासमोर येणं असह्य होई... मी दुबळा होतो. तो समाज मला सुधारता येणं कुवतीबाहेरचं होतं. त्याला हजारो हातांनी प्रवाही दान करणं जरूर होतं... त्या फाटलेल्या आकाशाखाली एक छोटी सुई नि माझा कपडा शिवता येण्याजोगा टीचभर दोरा घेऊन मी बसलेला. माझ्या त्या दोऱ्यावर चिंध्या झालेल्या सगळ्यांचे भेसूर वखवख डोळे. संधी मिळताच मी तेथून जीव घेऊन पळालो नि दूर या माळावर येऊन बसलो.

इथं नव्या स्वतःच्या जागेत आलो नि जास्त मनःपूर्वक जगता येऊ लागलं. मुलांना पाय लांब करता येऊ लागले. त्यांच्या तणावलेल्या पायांना भिंत लागेनाशी झाली. दारे-खिडक्या उघडल्या की पंख्याशिवायचा वारा आत येऊ लागला. बाहेर आल्याबरोबर रानासारखं रान दिसू लागलं. त्याच्यावरून येणारी झुळूक अंगावर सांडू लागली. मुलांनी पुस्तकांत वाचलेले बुलबुल, बगळे रानात जिवंत दिसू लागले. ती खुदखुदू लागली. कसं शुद्ध जगू लागली.

त्या माळावरच्या पहिल्या पावसात मी अधिक खोल झालो. विसरून गेलेल्या झाडांच्या मला आठवणी होऊ लागल्या. घराभोवतीनं झाडं लावावीत असं वाटू लागलं... मनाला झाडांची संगत बरी असते. उत्कट जगू बघणाऱ्या मनात झाडं उगवतात, मनं झाडात पानाफुलांनिशी बहरतात.

आंबा, नारळ, चिक्कू, चाफा मी रोपराईतून आणली. शेवगा एका विशिष्ट ठिकाणी मिळाला. आंबा-चिक्कू ही खायला चांगली फळं म्हणून लावली. नारळी स्वैपाकाला उपयुक्त म्हणून लावली. सोनचाफा आणि शेवगा ही माझ्यासाठी लावली. सोनचाफ्याशी माझ्या पौगंड जीवनातील काही स्वप्निल आठवणी आहेत. त्याचा उग्र उत्कट पुरुषी सुगंध मला एक अनामिक धुंदी आणतो... ते माझ्या मनात उगवणारं झाड.

शेवग्याची मोठी कथा झाली. मला शेवग्यापेक्षा शेवग्याच्या शेंगांची आमटी विशेष आवडते. भाजीचाही प्रश्न मिटेल असं वाटलेलं, म्हणून मी शेवग्याच्या शोधात. अनेकांच्या कथा कवितांतून तो काव्यात्म होऊन बहरलेला, आसुसलेला. माझ्या मनात चांगली आमटी देणारं शेंगझाड एवढाच त्याच्याविषयीचा गद्यविचार. खोड्यापाड्यातून उकीरड्याकडेला, कुसवाकडेला वाढणारं ते मोखर खोडाचं झाड. गावी तर प्रत्येकाच्या परड्यात उगवलेलं ...मी शेवग्याच्या रोपासाठी धडपडू लागलो.

एके दिवशी सकाळी अनपेक्षितपणे ती घरी आली. मी आनंदून गेलो. अशी येते आणि मनाला दंश करून जाते. मोठ्या पर्समधून तिनं आणलेलं शेवग्याचं रोप हळुवारपणे माझ्या स्वाधीन केलं... तिच्या अंगाखांद्यावरचं खाजगी मुग्ध पाणी पिऊन वाढलेलं ते रोप. ते आता मी वाढवायचं. तान्ह्या बाळाच्या चेहऱ्यात त्याच्या आईचा बाळचेहरा शोधावा तसं हातात घेऊन त्याच्याकडे मी पाहू लागलो. कोमल ओठांवरून ओठ फिरवावा तसा त्याच्या कोवळ्या पोपट हिरव्या पानांवर हळूवार हात फिरवला.

ती निघून गेली. मी रोपासाठी जागा शोधून काढली. माझ्या बैठकीच्या खोलीच्या खिडकीजवळ. खोली घराच्या पूर्वेला आहे. तिची रुंद तीन दारी खिडकीही पूर्वेलाच आहे. घर उतारावर असल्यानं समान पातळीवर येण्यासाठी ओटा उंच बांधावा लागला. त्या ओट्यावर घर. त्यामुळं घराच्या पूर्वेकडची उंची भरपूर वाढलेली. त्या खोलीत मला मन:पूर्वक लिहिता येतं. समाजात जे जगता येत नाही ते इथं मनोमन कलावंत होऊन जगता येतं.

रोज पाणी घालून त्याची देखभाल करू लागलो. खतपाणी घालेल तसं ते भराभर वाढू लागलं... तिच्या माझ्यामधील दृढ झालेली अनामिक ओढ अशीच एके काळी वाढत गेली होती... शेवग्याला इतकी दृष्टिगोचर वेगवती वाढ असते याची मला कल्पना नव्हती. रोज रोज त्याला पोपटी पानांचा नवा रूपवान हुंकार फुटे... तिच्या माझ्या नव्यानव्या उन्मेषशाली संबंधासारखा. त्या नव्या उन्मेषांचा अर्थ मला अजूनही लागत नाही. फक्त ते ताजे, हिरवे, पानांच्या नक्षींनी जिवंत झालेले असतात एवढेच जाणवते ...किती वाढत आहेत हे संबंध? किती गुंतत आहे एकमेकांत? मुग्ध, बोलके; रुसव्याचे भरतकाम केलेले लाजरे, उगी उगी कावरे, मनबावरे, टिकली टिकलीएवढे सुखद क्षण. शेवग्याच्या फुलांसारखे घोसदार. पानांसारखे थरथरते नाजूक.

कंटाळा आला की मी त्या उफाड्याच्या रोपाजवळ जाऊन बसे. त्याची पिकली पिवळी पानं काढून टाकी... तिच्या डोळ्याशेजारी आलेली एक बट पहिल्यावहिल्या काही दिवसांत अशीच रेशीम-गालांना स्पर्शत सरकवली होती.

भोवतीच्या आळ्यातील तणाचे तागोरे उपटून टाकी. पाणी जिरेल अशी माती मऊमऊ करी. झारीनं झाडाच्या अंगावर पाणी घाली. त्याला झारीखाली भिजवून काढी... ते आनंदे. त्याच्या टिकलीपानांच्या हिरव्यागडद काठावर भोवतीनं मोती मढवले जात... तिला अशीच एकदा चिंब भिजवून ओलेती, वस्त्रपारंगती करावी... पाणी घालताना मनात उमटलेलं संवेदनाचं निळं जांभळं सोनेरी मोरपीस.

खोलीच्या एकान्तात मी असलो की तिच्या आठवणी उगवता उगवता मन दाट किर्र होतं. गजबजतं.

...किलबिलणाऱ्या आठवणी
त्या झाडावरच्या पानांइतुकी
त्यांची संख्या
मुग्धहि तैशा... हिरव्या टिकल्या
पातळ बुजऱ्या अबोल हसऱ्या
वाऱ्यावर खुलणाऱ्या
अपुल्यातच स्वप्नाळत डुलणाऱ्या
मन भुलवित माझ्यातच माझ्यावर फुलणाऱ्या...

जेव्हा जेव्हा मी वाटेवर जाताना-येताना, वावरताना एकटा असतो तेव्हा मनात तीच उत्तर-रात्रीच्या चंद्रासारखी वरवर येते आणि जिवात चांदणं चांदणं करून टाकते. मी सामवेदाइतका संगीतून जातो.

हा शेवगा वाढतो आहे. तिच्या माझ्या भेटणीतून आठवणी वाढवाढत आहेत. आठवणींना आठवणाऱ्या आठवणी आणखी त्यांना गुणावत आहेत.

शेवगा शेजारी घेऊन लेखनाला बसू लागलो. प्रत्येक लेखनाला तिचा तळस्पर्श. लेखनं उत्कट झाली. त्यात विविध रुपांनी ती उमटली. कधी एखादं पात्र होऊन आली, कधी रूप पालटून, नाव बदलून, काहीसं वर्तन बदलून पण तेच बोल घेऊन. कधी मनातील स्वप्नमय रूप घेऊन तर कधी प्रसंगांतून, उद्गारांतून आपले अस्तित्व सांगत अवतरली. तिची सावली लेखनावर सर्वत्र पडली... काही क्षण मी तीच होऊन गेलेलो असतो. तिनं जे दिलेलं असतं ते असं माझ्या एकूण अस्तित्वाशी रक्तवाहिनीसारखं डसून जातं... या लेखनातून मी अस्तित्वत आहे की ती अस्तित्वत आहे? कुणाला हे कळणार नाही. शेवग्याला मात्र ठाऊक आहे. तो कुणाला सांगणार नाही. फक्त स्वत:शी झुलत राहील.

दोन महिन्यापूर्वी ते झाड पुरुषभर वाढलं आणि माझ्या खिडकीच्या खालच्या पट्टीपर्यंत आलं. त्याच्या बुंध्याजवळ जाऊन पाहण्याची गरज मला वाटेनाशी झाली. तेच खिडकीशेजारी येऊन उभं राहिलं आहे. उघड्या खिडकीकडं बघत

वरवर येतं आहे... त्याला उत्सुकता होती की मी खिडकीशेजारी बसून तिच्याविषयी काय काय लिहितो आहे, तिच्या आठवणींवर तरंगत कसा सुस्त पडतो आहे.

पावसाळा सुरू झाला. आर्द्र हवा सुरू झाली नि शेवगा भरारला. दिसागणिक वाढू लागला. घनदाट ढगांनी सूर्याचं दर्शन होईनासं झालं. सगळं गुडूप अंधारी चिंब ओलं वातावरण. कायम तिन्हीसांजा झाल्यासारखं, मात्र भुईवर हिरव्या हिरव्या रुजाम्यासारखं झालेलं.

एका वादळात त्याचा कोवळा मांसल शेंडा आडवातिडवा झोकावताना मोडला. मी काळजीत पडलो. वाटलं त्याचं आयुष्य आता संपलं. पण दहाबारा दिवसांतच त्याच्या मोडलेल्या शेंड्याला दोन्ही बाजूंनी दोन कोंभारे आले आणि ते वाढू लागलं. त्यातील एक आकाशमध्याच्या दिशेनं सरळ वर चालला नि दुसरा माझ्या खिडकीच्या दिशेनं झेपावू लागला... त्याला खिडकीतून आत टेबलावर यायचं होतं. चवरीसारखी त्या टेबलावर पानांची झुलपं ढाळायची होती, फुलघोसातून धसमुसळेपणानं तिच्यासारखंच लिहिण्याच्या टेबलावर बहरायचं होतं.

आता मी त्या खोलीत, टेबलाशेजारी, खिडकीत आणि खिडकीबाहेरही शेवगा होऊन जगू लागलो. तो अगदी खिडकीसमोर आलेला.

छडीमार वादळात खिडकीसमोर चाळीसभर फुटांवर असलेल्या चौकातील ट्यूबलाइट गेली होती. ती गेली ते दोन अडीच महिने गेलीच. जुलैच्या उत्तरार्धात तिला पुन: प्राण आला नि माझ्या खिडकीच्या तावदानावर एका रात्री एक चमत्कार झाला.

टेबलाच्या दुसऱ्या बाजूला माझा पलंग आहे. खिडकीकडं उसं करून मी झोपतो. त्या रात्री कशानेशी झोप लागत नव्हती... अशा वेळी नेहमीच्या सवयीप्रमाणं तिच्याशी मी मनोमन हितगूज करू लागलो. आठवणी काढून त्यात सुखमयी होण्याचा प्रयत्न करू लागलो. कित्येक वेळा असं केल्यानं विचारांची भुणभुण नाहीशी होऊन चित्त शांत होतं. निवत जातं नि झोप लागते. पण त्या रात्री तो प्रयोग चालेना. तरीही मी निपचित पडून राहिलेला.

शेवटी त्यातूनच अर्धवट झोप लागली नि कसल्यातरी विचित्र स्वप्नाचा आकार त्याच विचारांनी घेतला. मी खडबडून जागा झालो. पाहतो तर खिडकीच्या सलग तिन्ही तावदानांच्या रुंद काच-पडद्यावर शेवग्याची अबोल नक्षीदार सावली झुलत होती. तावदानावर उभ्या आडव्या खोल रेषांची शोभामांडणी. छोट्या छोट्या चौकोनांची उंचवट खडी तयार झालेली. ट्यूबचा फिकट निळा प्रकाश त्या खडीवर पडल्यानं अनेक खडींतून प्रकाश परावर्तनानं केलेली सप्तरंगी किमया त्या सावळ्या सावलीत मिसळलेली... माळावरचा सारा काळोख नि:शब्द.

नि:शब्द वाऱ्याची झुळूक. घर नि:शब्द. सगळा आसमंतच नि:शब्द शांत... अशा वेळी जणू शेवग्याची सावली होऊन ती टेबलाशी मुग्ध झुलणारी... मीही मनोमन झुलू लागलो. पायशाकडं उसं करून सावलीकडं बघत पडून राहिलो.

घटकाभरानं खिडकी उघडली नि शेवग्याकडं बघत पडलो. आता त्याची सावली किरणांच्या चोरपावलांनी माझ्या अंगावर गडद उतरून मला पांघरून बसली. हळुवार गोंजारू लागली. नि:शब्द अंगाई गाऊ लागली. मी तिच्या कुशीत त्या उत्तररात्री गाढ झोपी गेलो.

...आताशा मी अस्वस्थ झालो की खोलीचं दार बंद करून दिवा मालवतो. सावलीच्या रूपानं खिडकीतून आत आल्यावर तिच्याशी गुजगोष्टी करीत रमून जातो... अंतर्बाह्य तिचीच मायावी सावली.

...आणि आज सुटी. लिहिण्यासाठी मनाला ओढ.

पत्र वाचून बाजूला ठेवलं आहे. त्यातल्या पेरवीचा आणि शेवग्याचा, जुन्या वाड्याचा नि ह्या नव्या घराचा काहीतरी विपरीत अनामिक संबंध धूसरत आहे. मनावर अशुभं आल्यासारखी वाटताहेत. काय आहेत काही कळत नाही. मी तो विचार झटकून लिहायला सरसावत आहे. खिडकीच्या दारात अजूनही तिच्या हिरव्याचर्र चवऱ्या ढळत आहेत. त्यांच्यावर उन्हं तवंगत आहेत.

चहा आला.

पुन्हा दहा मिनिटं अशीच. चहा संपतो.

आता आकाशात सूर्यावर पळणारे ढग आले आहेत. धावत्या सावल्या. पेन सरसावत आहेत. तावावर शब्द झुळझुळू उतरू लागले आहेत. मन भावनेत बुडत जात आहे. हुरहुरते आहे, झरझरते आहे, अनावरत आहे, रोमांचित होत आहे. शब्द शब्द ती ती. शब्द शब्द मी मी. मी ती शब्द शब्द. अब्ज अब्ज शब्द शब्द...

सूर्यावरून पळणारे ढग पुढे गेले आहेत. पुन्हा सूर्य मोकळा झाला आहे. पुन्हा सोनेरी किरणं... आणि पुन्हा एक सोनेरी किमया. शेवग्याची नाजूक अबोल बोलसावली खिडकीतून पुन्हा आत. माझ्या लेखनाच्या पांढऱ्या कागदावर रांगोळ्या काढत झुरमुळणारी... तिच्यात तिचे हास्य, तिची खोडकर जिवणी, मिस्कील बोलणी... झुळझुळ चलणी...

...तुझा सावली-सुंदर झुलता पहारा
माझ्या प्रतिम अक्षरांवर.

"काय लिहीत आहात?"

“तुलाच लिहीत आहे.”
“सगळीकडं मीच कशी?”
“मायाविनी, माझ्यात तू
बीज-वृक्षशी.
अंतरंगावर अंगावर
पंचपानांवर
तुझीच उद्गार-पदे अखेरच्या विरामावर.
शेवग्यात तू सावलीमय.
शेवग्यात मी अक्षरमय
चिद्विलास
एकोमय...
तू मी मीतूमय
शिवशक्ती मिथुनमय
पर्ण पुरुष छायामय
शब्दोमय शब्दोमय...!!

सूर्य खिडकीवरून वर सरकला आहे. सावली उन्हामागं तुरतुरत निघून गेली आहे. ...लेखन संपलं आहे.

शेवगा खिडकीतून पाहतच होता. वाटलं त्याच्याभोवतीनं एक प्रदक्षिणा घालून यावं.

मी बाहेर गेलो. शेजारचे वयस्कर अण्णा आपल्या जागेत रोप लावत होते.

“नवीन रोप आणलेलं दिसतं?”

“हो. आज सुटी आहे ना.” अण्णा अजूनही आपल्या पुढच्या पिढीसाठी कष्टतातच.

“कलमी पेरूचं आणलंय.” थांबून पुन्हा बोलले.

“छान.” ...पण नकळत आतून चरकलो.

त्या पत्रातील पेरवीच्या झाडाची मला पुन्हा आठवण झाली... एका जीवाचा इतिहास तिथंही गुंतून पडला असेल. या शेवग्यासारखा, त्या सोनचाफ्यासारखा. हे अण्णा या वयात लावतायत त्यातील भावनेसारखा; पण मुलांना काय त्याचं? त्यांच्या दृष्टीनं ते एक पेरू देणारं झाड. पेरू काय बाजारात मिळतातच. झाड तोडून तिथं संडास बांधावा. भाडेकरूंची सोय करावी. पैसा मिळतो तर सोय केली पाहिजे.

–शेवगा शांत होता. पानांच्या नऊ लाख डोळ्यांनी माझ्याकडं पाहत होता. मूर्तिमंत प्रेम तिथं मुळं रोवून उभं होतं. तो शेवगा नव्हता. मीच होतो. कुणाला कळणार हे? कळून काही उपयोग नाही.

या शेवग्याला पाहत मी म्हातारा होईन. शेवगा हिरवाच राहील. तोवर शहराचा कॅन्सर इथंपर्यंत पसरेल. माझी मुलं, नातवंडं त्यात सापडतील. मग शेवग्याचं झाड? शेंगा काय बाजारातही मिळतील. माणसांचे मोर्चे. घर द्या, घरं द्या, घरं द्या, घरं द्या... घराच्या चाळी कराव्या लागतील. शेवग्याला तोडून संडास बांधावे लागतील.

मी असेन त्यावेळी? नसेन! नसावा!! नाही तर असेनही कदाचित हाडांच्या सापळ्यात डुगडुगत. त्या चाळीत मला म्हाताऱ्याला राहणं अशक्य. शेवगा तुटणे म्हणजे माझा मृत्यू... झाड तुटणं म्हणजे माणसाचा मृत्यू हे कुणालाही कळणं अशक्य... त्यापेक्षा हा शेवगा खांद्यावर घेऊन म्हातारपणी असेच दूर कुठंतरी निघून जाऊ. पृथ्वीवर माणूस म्हणून जगण्यासाठी कुठं भूमी असेल तर तिथं पुन्हा हा शेवगा लावू... सावली देणारा.

◆

मनातील गवळण

प्रत्येक स्त्रीच्या मनात एक गवळण असते. मग ती कृष्णाची परमभक्त मीरा असो किंवा अष्टावक्र शरीराची कुब्जा असो. ही गवळण स्त्रीच्या मनात आतल्या खोल महालात कधी गाढ झोपलेली असते तर कधी त्या मनाच्या मंदिराच्या उंबऱ्यात येऊन खुदूखुदू हासत उभी असते. खिदळत सृष्टीची मजा पाहत असते.

मनातली ही गवळण बाराचौदाव्या वर्षांपासून पायांत बारीक नादाच्या घुंगुरांची पैंजणं बांधून गुणगुणू लागते. तिची ही पैंजणं आरंभी कुणाला ऐकू येत नाहीत. पुरुषाला तर मुळीच ऐकू येत नाहीत. त्याचे कान मोठ्या घुंगूरवाल्या गवळणीच्या नादात मुग्ध झालेले असतात. ही पैंजणं बांधून हिंडणाऱ्या बालगवळणीचे घुंगरू तिच्या वडिलांना, भावांना, घनिष्ट नातेवाइकांना जवळ असूनही ऐकू येत नाहीत. त्यांचं तिकडे लक्षच नसतं. त्यांच्या कानांवर रस्त्यावरचा धडधडाट, खडखडाट, दैनंदिन जीवनाचा आक्रोश,पोटातील कावळ्यांचा कलकलाट, शेजारपाजाऱ्यांचा आरडाओरडा सतत पडत असतो. ह्या दण्णकधबडग्यात ही नुकतीच कुठं नाजूकपणे छुमछुम करू लागलेली कोवळी घुंगरं कशी ऐकायला येणार?

गवळणीच्या आईच्या मनाला मात्र त्यांची गोकुळवासी चाहूल लागत असते. त्या चाहुलीनं ती अस्वस्थ होते. पोरीच्या ह्या घुंगुरांनी कुठला खट्याळ कान्हा तर हिला त्रास देणार नाही? आपल्या ओठांवरच्या बासरीची हळुवार शीळ घालून हिच्या अल्लड घुंगुरांना बोलवणार तर नाही?- तिला काळजी वाटू लागते.

पण गवळण आपल्या घुंगुरांत दंग असते. ही घुंगरं तिला वृन्दावनाच्या

गूढ वाटेनं नेऊ लागतात. हे वृन्दावन मथुरेच्या वाटेवर, यमुनेच्या काठी आहे, असं पंडितांना वाटत असतं. भूगोलाचे अभ्यासू विद्वान त्याचा कागदी नकाशाही काढून दाखवतात. खुळे कोरडे प्रवासी त्या भूगोलाप्रमाणं तिथं जाऊन दगडा-धोंड्यांना नमस्कारही करून येतात. पण गवळणीच्या पायांतील ह्या घुंगरांना शब्दकळ्या फुटू लागल्या की तिच्या नजरेला सगळीकडं वृन्दावनाची बालरूपं दिसू लागतात. नगरातील उद्यानं, निवान्त हिरवळी, क्रीडांगणांचे किनारे, झाडांच्या गडद सावळ्या सावल्या, ही वृन्दावनाचीच बालरुपं असतात, हे गवळणीच्या घुंगरांच्या ध्यानी येतं. तिथं ती किशोर कान्ह्याला हाक घालते. घटकाभर खेळते, हुंदडते, बालक्रीडा करते नि मन भरल्यावर निघून जाते. कधी घरदार विसरून कान्ह्याशी हृदयसंवाद करते नि कबुतराच्या बुजऱ्या उत्सुक पिलासारखी चटकन निघून जाते.

खेडेगावात वृन्दावनाला बालरूप नसतं. तिथं बृहद्रूप घेऊन ते विस्तारलेलं असतं. यमुनेनं तिथं झुळझुळणाऱ्या झऱ्याचं किंवा लहरणाऱ्या तळ्याचं रूप धारण केलेलं असतं. कदंबबनानं झाडांची विविध रूपं धारण केलेली असतात. कालिंदी काठची कुरणं विस्तीर्ण हिरवेगार माळ झालेली असतात.

नंदाचा पोर आणि त्याचे सवंगडी मात्र मूळ रूपातच तिथं अवतरलेले असतात. गायीगुरं वळवीत त्यांनी अनेकविध खेळ, नाना मेळ करून मांडलेले असतात. तिथं हमखास एक मेळ बालगवळणींचा असतो. त्या खड्यांनी, रंगीत देखण्या काचाकवड्यांनी धुंद खेळत असतात. हात कवड्यांत रमलेले असले तरी मुखं आणि मनं मोहन-कृष्णाच्या खोड्यात रमलेली असतात. त्या खोड्यांची खट्याळ बोलणी खडीसाखरेसारखी कुडूम कुडूम खाल्ल्याशिवाय त्यांच्या जिभेला गोडीच येत नाही. हळूहळू मग जीव बेचैन होतो. पायांतल्या घुगुरांना तिकडची ओढ लागते. डोळ्यांची पाखरं त्या दिशेला मधूनच भिरभिरत जाऊन पुन्हा परतत असतात.

एखादी धीट गवळण त्या मेळातनं गाईगुरं वळवण्याच्या निमित्तानं बाजूच्या रानतुळशीच्या बनात जाते. खोडकर कान्हाही काहीतरी निमित्त काढून ढवळ्या गाईचं वाघरं वासरू लांब गेलेलं परत आणायला पाहिजे म्हणून तिथं येतो. हळुवार बासरी वाजवतो नि त्या धीट गवळणीची पावलं जागच्या जागी बांधून टाकतो.

...थट्टा होते, मस्करी होते. 'सोड सोड ना, कान्हा...' होतं. पण कान्हा काही सोडत नसतो. खरं तर 'सोड सोड ना' म्हणून केवळ लटकी लटपट करायची असते. अशी लटपट केली की मिठी अधिक घट्ट होत असते. कान्हा अधिक जवळ घेत असतो. इतका जवळ की आता दोघांचे देह वितळून एक

"पोरी, ह्या घुंगुरांच्या फुलण्याला आवर घाल. यमुनेचं पाणी फार खोल आहे. त्या पाण्यात सर्प आहेत. डोहातला महाविषारी कालीया तुझा सर्वनाश करील." -ह्या मायमाऊलीच्या कानांवर कुणीतरी कान्ह्याच्या सावळ्या लीला काळ्या काळ्या करून, तिच्या गवळणीला त्यांत गोवून घातलेल्या असतात. त्यांनी ती अस्वस्थ झालेली असते. आपल्या गवळणीला मग प्रेमानं समजून सांगते, कधी कळवळून सांगते. प्रसंगी कान्ह्याच्या माऊलीची कानउघडणी करते "तुझ्या त्या कारट्याच्या चाळ्यांना आवर घाल. उगीच शीळ घालत, पावरी वाजवत उनाडक्या करत हिंडत असतो. माझ्या घरंदाज गवळणीला अडवतो, चिडवतो; कधी नाडवतो." ती सुनावून परत जाते.

तरीही ही प्रमदा गवळण ऐकत नाही. ती काहीना काही निमित्तं काढून यमुनेवर जातच असते. यमुनेचं पाणी पीतच असते. कान्ह्याला भेटतच असते. डोळ्यांची मोरपिसं त्याच्या मुकुटात खोवतच असते.

अशावेळी आईवडिलांना ही प्रमत्त सुगंधासारखी वाऱ्यावर उधळलेली गवळण घराच्या गोकुळात बंदिस्त करावी लागते. कान्ह्याचा दुष्टावा तिला समजून सांगावा लागतो. यमुनेच्या पाण्यात पाय फसेल म्हणून सावध करावं लागतं. तरीही तिला ते पटत नसतं. कान्ह्याची बासरी तिला सारखी ऐकू येत असते. दारातल्या पारिजातकावर, परसदाराच्या औदुंबरावर पाखरानं शीळ घातली तरी तिला वाटतं ही कान्ह्याची बासरीच आहे.

पण तिला आता आखलेल्या चतु:सीमेच्या पलीकडं जायला बंदी असते. ती आतल्या आत घरच्या गोकुळात व्याकुळ विव्हळ होऊन जाते. तरीही यमुनेच्या तीरावर बासरी वाजते आहे, तिचे सूर आपल्या मनापर्यंत येतच आहेत; जागेपणी, झोपेत छळतच आहेत, जिथं जावं तिथं धून कानांत शिरतेच आहे, याची उद्ध्वस्त करणारी जाणीव तिला होत राहते. मग तिला वाटू लागतं; कान्ह्याची ही छळणारी बासरी काढून घेतली पाहिजे. ती वाजवू नकोस म्हणून त्याला सांगितलं पाहिजे.

... कानांत निष्ठुरतेचे दडे घालून अशावेळी ती घरकामाला लागते. लोटणं, झाडणं, स्वैपाक करणं त्याच कठोरपणानं चालू होतं. टअसे दिवस जाऊ लागले की पैंजणांतील घुंगुरांची फुलं हळूहळू कोमेजू लागतात. सुकून निरस होत जातात. मग कशातच काही राम नाही नि कृष्णही नाही असं वाटू लागतं. गवळण पाणी न मिळणाऱ्या कृष्णकमळीच्या वेलीसारखी वाळत, कोमेजत जाते.

कधीतरी एक दिवस तिचं मन बंड करून उठतं... असं सुकून, वाळून का म्हणून जायचं, जन्माचा हरिरस का म्हणून चाखायचा नाही, असे प्रश्न तिला

पडतात. कान्ह्याला पुन्हा ती मनोमन चिंतू लागते. त्याला 'मंजुळ मुरली वाजव' म्हणून आळवू लागते. शय्येवरील स्मरणोत्सवात निरनिराळे रंग फेकून आतबाहेर ओलीचिंब करून टाक, रसमय करून टाक, अशी ती विनवू लागते. उमाडते.

तिचा हा कृष्णाभिसार मायमाऊलीच्या ध्यानात येतो आणि हे कन्याधन आता ज्याचं त्याला कायमचं दान करावंसं वाटू लागतं. ही गवळण म्हणजे घरात ठेवलेला स्वत:च धगधगणारा ज्वलंत निखारा आहे, तिची छुमछुमणारी घुंगरं म्हणजे घरंदाजपणावर चालून येणाऱ्या संकटाचा पायरव आहे, असं तिच्या व्यवहारी गवळी-पित्यालाही वाटू लागतं. त्याची पळाव घातलेली पावलं कन्यादानाच्या याचकाला आपण होऊन धुंडू लागतात. गवळण अधिकच बंदिस्त होते.

गात्रागात्रात मदनोत्सव करू पाहणाऱ्या या गवळणीला अशी जखडबंद करून; शोधून आणलेल्या याचकाच्या ताब्यात दिली जाते. ताब्यात देण्याच्या या अमंगल, पाशवी कर्माला 'शुभमंगल' असं पवित्र नाव दिलेलं असतं. या खच्ची-कर्मात गवळणीची गरीब गाय होते; कारण ज्याच्या ताब्यात तिला दिलेली असते तो एक बैल असतो. लोकव्यवहारात तो नोकरी-चाकरीच्या उत्तम नांगराला जुंपलेला असतो. झापड घालून तो नेमून दिलेलं रान नि रान झकास नांगरत असतो. ही नांगरट हेच आपलं जीवनाचं खरं सार्थक असं त्याला वाटत असतं. नांगर नीट ओढला की उत्तम खाद्य कसं मिळतं, एवढंच पाशवी तत्त्व त्याच्या धन्यानं त्याला पढवलेलं असतं.

इकडं गवळण अधिकच कोमेज धरते. कान्ह्याच्या आठवणींनी व्याकुळ होते. हळूहळू तिच्या अंगाखांद्यावर पोराबाळांच्या गोमाशा चिकटू लागतात. तिचं रस नि रक्त शोषू लागतात. ती गोमाता बनते.

कान्ह्याशी लग्न लागलेली एखादीच भाग्यवान गवळण असते. बाकीच्या गवळणींच्या नशिबी असे कान्ह्याच्या गोठ्यांतील बैल येतात. कधी कधी विलक्षण घडतं. भाग्यवान गवळणींच्या दारी याचकाचं रूप घेऊन कान्हाच आलेला असतो. गवळणीच्या मातापित्यांना प्रसन्न करून संसार मांडतो. मग गवळणीचा संसार निळ्याभोर आनंदाच्या गगनात मावेनासा होतो. तीच तेव्हा कान्ह्याची बासरी होते. यमुनेचा किनारा होते, तुळशीचं बन होते. तीच राधा, तीच रुक्मिणी, तीच भामाही होते. आणखी काय सांगू मीरा मधुराही तीच होते. ती कान्ह्यात नि कान्हा तिच्यात रमून जातात. रात्र काळी, घागर काळी, यमुना-जळही काळे वो माय; बासुरी काळी, गवळण काळी, कान्हा-रूपही काळे वो माय; अशा कृष्णावस्थेला जाऊन दोघेही पोचतात.

पण हे भाग्य एखाद्याच गवळणीच्या वाट्याला येतं. बाकीच्यांच्या आयुष्यात

पुष्कळ वेळा कान्ह्याचं मायावी रूप घेऊन बैलच आलेले असतात. मग ह्या कष्टाळू बैलांना चारापाणी करण्यात, संध्याकाळी नांगर ओढून परत आल्यावर त्यांच्या पाठीवर 'वा व्वा' ची थाप मारण्यात, त्यांच्या केसाळ चरबट अंगावरून हात फिरवून त्यांना चिकटलेल्या शिणवट्याच्या तांबवा-पिसवा काढण्यात, प्रसंगी नवी वेसण घालण्यात, त्यांना उत्साह वाटावा म्हणून प्रेमाचं नाटक करीत करीत त्यांच्या गळ्यांत हातांच्या वेटोळ्यांचे चाळ बांधण्यात गाय झालेल्या गवळणींची हयात जात असते.

गवळणीच्या ह्या वत्सल नाटकाला भुलून तिचा बैल तिला प्रेमानं चाटतो. तिच्या अंगावर झुलीचं भरजरी वस्त्र घेतो. तिच्या शिंगाला बांधायला फुलं, वेण्या आणतो. तिला सोन्याचे अलंकार घडवतो. तिच्या विविध उपयोगाला येणारं हवं तेवढं ताजं ताजं शेण देतो.

गाय मग हळू हळू स्वत:तील गवळणीला विसरून जाते. ती त्या बैलाची कारभारीण झालेली असते. क्वचित सोनेरी पिंजऱ्यातील लिपस्टिकवाली मैना झालेली असते. ह्या कारभारणीनं शेणानं सगळं घर सारवून काढलेलं असतं. त्याच शेणानं घरादाराची, दीन भिंतींची छिद्रं लिंपून घेतलेली असतात. शेणाचाच एक फ्रीज केलेला असतो, एक टी. व्ही. केलेला असतो, एवढंच नव्हे तर एक सुंदरसा फ्लॅट किंवा बंगला केलेला असतो. त्या सर्वांना निरनिराळ्या कंपन्यांची, देशांची, नोटांची नावं देऊन सुशोभित केलेलं असतं.

तिच्या अंगावर हळू हळू कारभारीणपणाचं थुलथुलीत वैभव चढतं. सोनेरी पिंजऱ्याला चारदोन चाकं लावून ती पिंजऱ्यातूनच चार घरं लिपस्टिक लावून फिरून येते. त्यातच धन्यता मानते.

तिचा एकेकाळचा कान्हा तिला कधी भेटलाच तर त्याला 'हॅलो' करून रिकामे, कोरडे हात हलवते. क्वचित त्याला कपभर पाण्यात चमचाभर साखर घालून कृष्णदानाचं प्रतिदान देते. त्याचं तोंड गोड करून परतफेड झाली असं मानते. गोठ्यात जायला, बैलाच्या पाठीवर थाप मारायला मोकळी होते. पण पुष्कळ वेळा कान्ह्याला ती ओळखतच नाही. 'तू ढोरांचा अडाणी कान्हा आहेस. मी तुझ्या गावचीच नव्हे.' असा बहाणा करते.

त्यावेळी कान्ह्याच्या लक्षात येतं की तिचे दुधाचे घट आता मांसल चरबीनं भरलेले आहेत, मादक डोळ्यांवर तिनं आता मेणचट काळं रोगण लिंपलेलं आहे. तिची कोमल करकमळं रोज शेणात बरबटल्यामुळं सरड्याच्या पाठीसारखी चरबट झालेली आहेत नि पैंजणं हरवलेल्या पायांना गोठ्यात हिंडून हिंडून घट्टे पडलेले आहेत. छुमछुमणारी घुंगरं गळलेली असून, ऐकू येणारी छुमछुम कमरेच्या किल्ल्यांची आहे. तिचा आता गवळणीचा चंपक-सुगंध जाऊन अंगाला पेट्रोलचा

पैसेवाला वास वसकन येतो आहे... मनातल्या मनात मरून गेलेल्या त्या गवळणींच्या प्रेताचे हे धिंडवडे असतात, हे कान्ह्याच्या लक्षात येतं. त्याला यमुनेचं आदिम दु:ख आठवतं. कुठं ती प्रियकराच्या चिरविरहानं सनातन दु:खी झालेली आद्य गवळण यमुना आणि कुठं ही स्वत्व विसरून स्वत:लाच घुसळत चालणारी शेणमाता यमुनाबाई. ...कान्हा निराशेनं अधिकच सावळा होतो. त्याहून याचं वाईट वाटतं की हिनंच स्वत:हून आपल्यातल्या गवळणीचा गळा घोटलेला आहे नि आपलंच प्रेत टरटरून जावं इतकं सडवलेलं आहे.

स्त्रीनं आपल्यातल्या गवळणीची अशी हत्त्या करू नये. आपल्याच स्थायीभावनेचा नाश म्हणजे आपल्या स्वत्त्वाचं मरण. शंकरावर आदिमाता पार्वती भाळली तेव्हा ती गवळणीचंच तेजोमय रूप होती. म्हणून तिला हिमालयाच्या उत्तुंग शिखरावर तपश्चर्येसाठी जाऊन बसलेला उग्र शंकरही नकळत भाळला.

गवळण ही नारीच्या अंतरात्म्याची प्रकृती आहे. ही गवळण कधी प्रसंग पडला तर राधेच्या रूपात अवतरते; कधी मीरेच्या रूपातही अवतरते. कान्ह्याला नाना रूपांनी सांभाळते; त्याला देवपणाला नेते. गवळणींचं गोकुळ होतं म्हणून तर गोपाळाचा जन्म पूर्ण पुरुषाचा झाला. गवळणीशिवाय कृष्ण गोपाळाला अस्तित्वच नाही; नरोत्तमातील कान्ह्याला अर्थच नाही. शिवाला ती पार्वती होऊन, विष्णूला लक्ष्मी होऊन तर कृष्णाला त्याच्या किशोरपणी राधा होऊन, तरुणपणात भामा-रुक्मिणी होऊन सांभाळते. त्याला हळुवार फुलवते, दहीदूधलोणी देऊन मोठा मोठा करते. प्रौढपणात द्रौपदी होते नि त्याच्या जखमेवर चिंधी बांधते. कान्ह्यानं दहा अवतार घेतले तर ती सोळा हजार आठशे अवतारांनी नटते. कान्ह्याच्या भोवतीची रमणीय सृष्टी होते, प्राकृतिक निसर्ग-सौंदर्यानं नटते नि सोन्याची द्वारका होते. त्याच्या श्वासांतून आतबाहेर हिंडू लागते. कान्हा निळेभोर आभाळ झाला तर ती अवकाश-पोकळी होते. कान्हा चंद्र झाला तर ती चंद्रिका होते. कान्हा मेघ झाला तर ती जलधारा होते.

म्हणून तर महाकवी कान्ह्यापेक्षा गवळणीत अधिक रमतात. वृक्षवेली, नदीनाले, पानंफुलं, चकोर-चंडोल, चंद्र-चांदणं यांच्या भाषेत बोलतात. ही भाषा गवळणीची असते. तिच्या सनातन गर्भानृत्यात, रासक्रीडेत, झिम्मा-फुगडीत म्हणून तर संतांपासून पंतांपर्यंत सगळ्या कवि-महाकवींची लेखणी सचैल स्नान करीत असते. गवळणीमुळं गोकुळ तर घडतंच; पण महाभारतही घडतं. महान साहित्याचं अस्तित्व गवळणीशिवाय पूर्ण होऊच शकत नाही. म्हणून स्त्रीनं गवळणीची हत्त्या करू नये; ती आपलीच हत्त्या असते. आत्महत्त्येसारखं दुसरं घोर पाप नाही.

गवळण हे स्त्रीला मिळालेलं एकुलतं एक महाधन आहे. हे महाधन जोपासणारी स्त्री रोज पुजली जाते; पूर्ण पुरुषाच्या देव्हाऱ्यात अग्रस्थानी ठेवली जाते. मनाच्या मेण्यात बसवून स्वप्नांच्या प्रदेशात मिरवली जाते. हे महाधन नसेल तर स्त्री फक्त महाधेनू असते. हाडं, कातडं नि चरबी-मांस भरलेलं ती एक गोणपाटाचं पोतडं असते... म्हणून तर देवाधिदेवाचं गावात एखादंच मंदिर असतं; पण गवळणीचं मंदिर प्रत्येक स्त्रीमनात असतं आणि प्रत्येक पूर्णपुरुषाच्या मनात ती स्त्री गवळणीसह असते. गवळणीची अशी मंदिरात मंदिरं अगणित असतात; ती फक्त पुरुषातील कान्ह्यालाच दिसतात.

◆

खजुराहोची कामशिल्पे

खजुराहो मंदिरावरील कामशिल्पांवरचे सचित्र पुस्तक एका मित्राने भेट म्हणून दिले. क्षणभर संकोच वाटला.

एक जुनी आठवण जागी झाली. पूर्वी एकदा कामजीवनावरचे एक सचित्र इंग्रजी पुस्तक हाती आले होते. स्वाभाविक जिज्ञासेने त्यातील चित्रे पाहिली होती आणि पुस्तक बाजूला ठेवले होते. सर्वोत्तम कॅमेऱ्याने जवळून घेतलेली लिंगसंयोगाची चित्रे. कॅमेऱ्याने आणि तो चालविणाऱ्याने आपल्या सर्व शक्ती आणि कौशल्य पणाला लावून ती काढली होती. तेवढ्या शरीरप्रदेशावरच निरनिराळ्या कोनांतून अगदी जवळून कॅमेऱ्याची नजर खिळलेली. ती चित्रे बघताना मन विकारोत्तेजित होत होते.

घटकाभराने त्याच मनात काळ्याभोर मेघासारखी उदासीनता भरली. पुस्तक पुन्हा हातातही धरू नये, असा काहीसा चमत्कारिक परिणाम झाला. पाहणाऱ्याची वासना चिवडली जावी या बाजारी धोरणाने ती छायाचित्रे काढली होती.

खेडेगावातला माझा जन्म. वयाच्या विशीपंचविशीपर्यंत गाय-बैल, म्हैस-रेडा, घोडा-घोडी, गाढवं, कुत्री यांच्या लांबलचक लिंगसंयोगांचे विपुल प्रकार मी जवळून पाहिले होते. काही वेळा शेतकऱ्याची प्राप्त कर्मे म्हणून घडवून आणले होते. नजर मेली होती. एक पाशवी क्रीडा यापलीकडे यात अर्थ दिसत नव्हता. त्या इंग्रजी पुस्तकातही त्याच प्रकारची देखण्या रंगाची मानवी चित्रे.

मानवी लिंगसंयोगाचा हाच अर्थ आहे? वासनाविकारांचे अजीर्ण होईपर्यंत उत्थापन आणि शमन एवढाच त्याचा अर्थ मानायचा का? मी अस्वस्थ झालो. मीच मला एखाद्या उकिरड्यासारखा वाटू लागलो.

त्या इंग्रजी पुस्तकाची ती आठवण तर मनात चाळवली नसेल, अशी

शंका माझी मलाच आली.

मित्राने दिलेले ते पुस्तक मी पुन्हा एकान्तात पाहिले. या पुस्तकात अनेक उत्तान कामशिल्पे होती. मन उत्तेजित झाले. पण त्याला वेगळे संदर्भ मिळत गेले. ते माझ्यातील पशूतून मला बाहेर काढत गेले. स्वच्छ पण समृद्ध निसर्गाच्या हिरव्या गूढ प्रदेशावरून विहार करू लागल्यासारखे वाटू लागले. मनात काही गहिरे निळे जमू लागले.

खजुराहोची कामशिल्पे पाहताना, असे व्हावे याचे आश्चर्य वाटले. असे का व्हावे? ही भारतीय संस्कृतीत जन्मली म्हणून मला असे वाटते का? माझ्या देशाचा शाश्वत कलात्मक ठेवा, म्हणून अभिमानापोटी मला असे भावले का? मी नकळत चिंतनात बुडत गेलो.

त्या इंग्रजी पुस्तकाची आठवण तुलनेसाठी पुन्हा पुन्हा येत होती. दोन्हींचा विषय तोच असून भिन्नता जाणवत होती. आत्म्याचा आविष्कार असलेली कला आणि वास्तवाचे भडक बाजारी स्वरूप यांतील तो फरक होता. कला अनुभवताना होणारी मन:स्थिती आणि लैंगिक पाशवी वास्तव अनुभवताना चिवडल्या गेलेल्या मनाची वळवळ यांतील ती तफावत होती.

खजुराहोच्या ईश्वरी मंदिराच्या अंगाखांद्यावर शिल्पांच्या रूपात 'काम' खेळू लागल्याने त्याला धर्माचे अधिष्ठान मिळाले होते. त्या अधिष्ठानावर बसल्यामुळे कामासुराचा कामदेव झाला. पाशवी भोगवृत्ती त्यामुळे तिसरा पुरुषार्थ झाली. ही किमया या खजुराहोच्या मंदिराची. शिल्पांना इथे नुसते देह मिळाले नाहीत, शीलही मिळाले.

धर्म आणि मोक्ष यांच्या पातळीवर 'काम' जाऊ शकतो, ही भारतीय संस्कृतीने जगाला दिलेली विलक्षण देणगी आहे. जगाच्या तत्त्वज्ञानातील ते एक आश्चर्य आहे.

कामभावना ही मानवी जीवनात स्थायी स्वरूपाची आहे, हे भारतीय संस्कृतीने कधीच ओळखले होते. तिचे असलेले सर्वव्यापीपण त्यांनी कधीच जाणले होते. निसर्गाने जीवसातत्याची गुरुकिल्ली तिथेच ठेवून दिलेली आहे, हे त्यांनी हेरले होते. म्हणून त्यांनी 'कामा'ला पुरुषार्थ मानले. जीवनस्वास्थ्यासाठी व मानवी सातत्याच्या परिपूर्तीसाठी 'कामा'ची आवश्यकता त्यांनी धर्मातच सांगून ठेवली.

त्यांनी मानवी जीवसातत्याला फार महत्त्व दिले. आपणच संततिरूपाने पुन्हा जन्माला येतो, अशी त्यांची धारणा. म्हणून तर आपल्या मुलांना त्यांनी संतती म्हटले. जिच्यातून स्वत:चे सततपण टिकू शकते ती संतती. संतती म्हणजे माळ, ओळ. कालौघात आपल्या संततीच्या निरनिराळ्या शरीररूपांत

आपणच जन्माला येतो. शरीरे फक्त वेगळी, आत्मा किंवा चैतन्यशक्ती एकच. आणि हे 'स्व' चे सातत्य कामभावना टिकवून धरते, म्हणून तो तिसरा पुरुषार्थ. या पुरुषार्थाशिवाय मनाला शांतता मिळू शकत नाही.

भारतीय वेद, उपनिषदे, तत्त्वज्ञान, धर्म, पुराणे, साहित्य या सर्वांनी कामपुरुषार्थ मोकळेपणाने स्वीकारला आहे. आपल्या संस्कृतीने आरंभीच्या काळात कामदेवाची विविध तऱ्हांनी पूजा बांधली आहे. या काळात जीवनसंघर्ष तीव्र होता. वेगवेगळी कुळे, विविध मानवी वंश, टोळ्या, छोटी छोटी राज्ये यांच्यात सतत संघर्ष चाले. या संघर्षात पुरुषहानी फार होई. निसर्गाचे कोप वारंवार होत. त्यांना तोंड देण्याइतकी सुविधा त्यावेळी नव्हती. अशा वेळी आपल्या कुलाची, वंशाची, टोळ्यांची, राज्यांची सतत नष्ट होणारी मानवशक्ती वाढवीत राहणे एवढेच हाती होते. ही वाढविल्याने संघर्षाला तोंड देणे, त्यात जय मिळविणे सहज शक्य होत असे. म्हणून 'आठ पुत्रांची आई हो' हा वर मानला जात होता. धुतराष्ट्राला शंभर पुत्र होते हे वैभव मानले जाई. नवऱ्यापासून संतती होत नसेल तर दिरापासून, प्रसंगी स्वकुलोत्पन्न तेजस्वी पुरुषापासून नियोगपद्धतीने ती निर्माण करून घेतली जात असे. संतती बलवान, सामर्थ्यवान व्हावी म्हणून यज्ञ केले जात. अश्वमेध यज्ञाच्या एका प्रकारात स्त्री-अश्व संयोग सुचविला आहे. कदाचित् हे लक्ष्यार्थयुक्तही असेल. पण आपली संस्कृती संततीविषयी जागरूक होती. तिला स्व-रूपात्मक मानणारी होती. या सर्वाच्या बुडाशी 'काम' होता. म्हणून तो 'देव' झाला. तिसरा पुरुषार्थ झाला. धर्म, वेद, उपनिषदे, साहित्य, पुराणे यांचा आदर-विषय झाला.

कालिदासाने कामोद्भव शृंगाराला सर्व रसांचा राजा मानले. पूर्वेला रक्तकमळासारखी उगवणारी आणि पहाटे सुंदर स्वप्नासारखी वाटणारी उषा ऋषिमुनींना कामोत्सुक युवती वाटली. पहाटेचा दुधी-सोनेरी किरणांचा प्रकाश तिच्या स्तनांतून सृष्टिबाळासाठी झिरपणारे वत्सल दूध वाटले. पंडू रोगी आहे, संतती निर्माण करण्यास असमर्थ आहे, कदाचित् त्याच्यापासून संतती निर्माण झालीच तर ती दुबळी निपजेल म्हणून कुंतीला भारतीय धर्माने नियोग पद्धतीने संतती निर्माण करण्यास परवानगी दिली. ती धर्माची आज्ञाही असू शकेल. कवी माघ, कालिदास यांनी मुक्तपणे स्त्रीवर्णने, रतिवर्णने आणि क्रीडावर्णने केली. ऋषिमुनींनी कामशास्त्रे निर्माण करून त्यातील विधायकता दाखवून दिली.

हे सर्व संस्कार करताना 'कामा'चे पाशवी पातळीवरचे विकारी रूप नष्ट केले. किंबहुना त्यातील नैसर्गिक शक्तीला उदात्ततेच्या पातळीवर नेण्याची दक्षता घेतली. त्यामुळे 'प्रकृती'ची विकृती टळली नि तिच्यावर संस्कृतीचे संस्कार-वस्त्र चढले. संस्कारांतूनच हळूहळू नियोगपद्धती बंद झाली. यज्ञप्रकार बंद

झाले. कामभावनेचा धार्मिक आविष्कार अधिक संयमित झाला. मूळ 'काम'च नष्ट होणार नाही, याची मात्र दक्षता घेतली.

कामभावनेवर असे संस्कृतीचे योग्य संस्कार करण्याचे भान जगातील सर्वच संस्कृतींना होते असे नाही. जगातील अनेक राष्ट्रांचा धार्मिक आणि सांस्कृतिक इतिहास पाहिला तर याची अनेक उदाहरणे सापडतात. 'काम' ही फक्त भोगभावना आहे, तिने प्रेरित असा अधिकाधिक भोग घेण्यातच धन्यता मानणाऱ्या अनेक संस्कृती युरोपात जन्मल्या. ती भावना पाशवीच राहिली. तिला धार्मिक पातळीवर आणण्याची कुवत या संस्कृतींत नव्हती.

कामभावनेचा समूळ निःपात करण्याचा प्रयत्न करणे, हे दुसरे सांस्कृतिक टोक. आजन्म ब्रह्मचर्य किंवा बालसंन्यास ही त्याची भारतीय संस्कृतीतील उदाहरणे. आरंभीच्या काळात ऋषिमुनींनाही संसार होते. त्यांना बायका होत्या. पण नंतरच्या काळात विशिष्ट ध्येयाच्या पूर्तीसाठी कर्मठपणे बाकीचे मार्ग बंद करून साधक बनणे, ही निसर्गविरोधी टोके जन्माला आली. अपवादात्मक अवस्थेत हे ठीकच असते. पण त्या संस्कृतीत त्याला जेव्हा प्रतिष्ठा मिळते तेव्हा समाज धर्माच्या नावाखाली अनेक व्यक्तींवर अशा प्रकाराची सक्ती करतो. अजूनही काही धर्मांत आणि पंथांत ही सक्ती दिसून येते. कामपुरुषार्थाला नीट समजून न घेण्यातून ही बांडगुळे संस्कृतीवर जन्माला येतात.

एक अतिभोगाचे टोक तर दुसरे अतित्यागाचे टोक. या दोन्हींची ही भरपूर उदाहरणे जगाच्या संस्कृतींत सापडतात. त्या संस्कृतीला त्या त्या काळी किंवा तेवढ्यापुरती तरी विकृतीची कळा येते. जेव्हा निर्भीड सांस्कृतिक तत्त्वचिंतन कमी पडते, कर्मठपणा वाढतो, तेव्हा ही अवकळा येते. पुष्कळ वेळा धर्ममार्तंडांचा किंवा धर्मसत्ताधाऱ्यांचा मतलब तत्त्वचिंतनाचा मुखवटा घालून वावरू लागतो आणि सामान्यजनांची दिशाभूल होते. स्वार्थी कर्मकांडाला मग मान्यता मिळते. विकृतीची मुळे त्यात असतात. अनेक संस्कृतीत विवाह झाल्यावर स्त्रियांचा कौमार्यभंग करण्याचा पहिला अधिकार देवांचा मानला गेला होता. ह्या देवांचा प्रतिनिधी म्हणून देवळातील धर्मगुरु किंवा राजा यांनीच कुणाही नवविवाहितेचा कौमार्यभंग प्रथम करावयाचा, अशी संस्कृतीची प्रथा होती. एखादा विचार परंपरेच्या दडपणाखाली, भोवतालच्या परिस्थितीचा बळी होऊन मांडला जातो, तेव्हाही ह्या चुका होऊ शकतात.

म्हणून संस्कृती सतत निर्भेळ चिंतनाने, सखोल विचारांनी, सत्त्व-शोधनाच्या प्रेरणेने प्रवाही असली पाहिजे. उपऱ्यांच्या आचारविचारांचे, परकियांच्या उपऱ्या संस्कृतीचे अनुकरण करू लागल्यास तिचे डबके होते. पाणी सडू लागते. मग निर्मळ पाण्यावाचून जीव गुदमरू लागतो किंवा नाइलाजाने विकृतीचे पाणी

पिऊन मरू लागतो. संस्कृती रोगट होते. कळाहीन होऊन नष्ट होते. जगाच्या संस्कृतींच्या इतिहासाने हे पुन:पुन्हा पटवून दिले आहे.

खरी संस्कृती वेळोवेळी संयम आणि समतोल निर्माण करण्याचा प्रयत्न करते. भारतीय संस्कृतीने कामपुरुषार्थाच्या बाबतीत खजुराहोच्या मंदिरावर निर्माण केलेल्या कामशिल्पांनी तो समतोल साधलेला आहे. कामभावनेचा समाजजीवनात तोल साधण्यासाठी त्यांनी धर्माच्या सतेज पुरुषी हातात कलेचा ललित कोमल कर दिलेला आहे. त्या उभयतांची युगधर्मी संतती म्हणजे खजुराहोची मंदिरबाळे. सगळ्या जगाला ती आपल्या डोळ्यांनी आणि हस्तस्पर्शांनी कुरवाळावीत असे आजही वाटते आहे. सगळे जग त्यांच्याकडे आज धावते आहे. रसिकतेने त्यांना अंगाखांद्यावर वागवते आहे. त्यांचे फोटो काढते आहे. त्यांच्यावर ग्रंथ लिहिते आहे. भारतीय संस्कृतीने धर्म, काम आणि कला यांचा केलेला सुंदर त्रिवेणी संगम, यातच त्याचे मर्म आहे.

कलेकडे आपण का वळतो? आत्माविष्कार करण्यासाठी असे मानले जाते. भारतीय कलेत जो आत्माविष्कार आहे, त्यात 'वास्तवाला' सुंदर बनविण्याची प्रेरणा विशेष दिसते. हे वास्तवाचे सौंदर्य असे मार्मिकपणे दाखविण्याने आणि वास्तवावर सौंदर्यदृष्टीचे संस्कार करण्याने काय साधते? वास्तव सुसह्य होते. ते स्वीकारणीय वाटते. वास्तवातील सौंदर्य वेचण्याची दृष्टी येते. त्यामुळे जीवन काव्यमय होऊन जाते. वास्तव कसे स्वीकारायचे आणि त्याचा मनमुराद आनंद कसा घ्यावयाचा, हे भारतीय कला सांगते. भारतीय कलांना सातत्याने धर्माचा, मंदिरांचा आधार आहे. धर्म कल्याणकारी असतो, मानवी जीवनाचे मंगल साधण्यासाठी तो निर्मिलेला असतो. कलेने हेच साधावे, या अपेक्षांनी भारतीय कलांनी धर्ममंदिरांचा आश्रय घेतला.

असे जर असेल तर मग धर्ममंदिरांचा आश्रय घेणारी खजुराहोची ही कामशिल्पे जीवनाचे कोणते सौंदर्य व्यक्त करतात? ही शिल्पे पाहताना तर मनात प्रथम संकोच निर्माण होतो. लिंगसंयोगाचे जे विविध प्रकार माणूस अंधारात करतो त्याची उघडीवाघडी दृश्ये झगझगीत प्रकाशात ही शिल्पे दाखवू लागतात. इतर माणसे भोवताली असताना आपण ती पाहत आहोत याची जाणीव होऊन आपणास अपराध्यासारखे वाटते. क्षणभर आपण खजील होतो, चोरटेपणा वाटू लागतो.

क्षणभराने लक्षात येते की, आपल्या भोवतालची माणसेही हीच दृश्ये पाहत आहेत. मग नजरेची भीड चेपते आणि आपण लिंगसंयोग स्थानाला केंद्रस्थानी ठेवून आसपासच्या शरीरावयवांवर अधाशासारखी नजर फिरवू लागतो. मागेपुढे, खालीवर बघू लागतो. शिल्पाच्या हातापायांचे, शरीराचे वळसे आणि

वेढे न्याहाळू लागतो. दगडांत कोरलेल्या त्या कामक्रीडेत तन्मय, तद्रूप होऊन जातो.

संभोगक्रियेच्या वेळची स्वत:चीच रूपे इथे अवतरली आहेत, मनात येणाऱ्या संभोगक्रियेच्या सरळवक्र कल्पनाच इथे आकाराला आल्या आहेत, आपल्या मनोमनीच्या कामविकाराचे अनेक चाळे इथे चालू आहेत, असे धडधडत्या हृदयाला वाटू लागते.

हे वाटणे स्वाभाविक असते. माणसातील पशू सर्वाआधी जगू पाहत असतो. निसर्गातील गोष्टींची, घटना-प्रसंगांची, दृश्यांची त्याच्यावरच प्रथम प्रतिक्रिया होत असते. त्यामुळे माणसातला पशू इथे नुसता जगतच नाही तर आपल्या स्वभाव धर्माप्रमाणे आपल्या मनात येणाऱ्या वेड्यावाकड्या, चित्रविचित्र, सरळ-विकृत कामकल्पना इतरांच्याही मनात येतात आणि त्या फार पूर्वीपासून येतात, म्हणून त्यांतूनच ही कामशिल्पे आकारली आहेत, असेही तो अनुमान काढतो. हे अनुमान त्याला पशुपातळीवर हवे असते, कारण त्याच्यातील पाशवी वृत्तीला ते एक दिलासा देत असते. या अनुमानाने त्याला हायसे वाटते, कारण आपल्या मनात येणाऱ्या कामभावना या विकृत नसून त्या प्रकृतीचीच लक्षणे आहेत, याविषयी त्याची ही शिल्पे पाहून खात्री होते.

ही कामशिल्पे पाहताना सर्वसाधारण माणसाची झेप इथपर्यंत जाते. पण या मर्यादित झेपेतही त्याला आवश्यक तेवढा विश्वास मनातील कामभावनेविषयी मिळतो. स्वत:च्या काल्पनिक विकृतीविषयीचा त्याचा गैरसमज नाहीसा होतो. कामशिल्पांचे सामान्यजनांसाठी हे प्राथमिक योगदानही काही कमी महत्त्वाचे नाही. पण ते नकारात्मक आहे.

सामान्य माणसाची झेप बुद्धीच्या आधारे यापलीकडे जात नाही, हे त्याचे दुर्दैव. ही कामशिल्पे म्हणजे खरोखर काय आहेत, कशासाठी आहेत, इथेच ती का कोरली, इत्यादी प्रश्न समजून घेण्याचा प्रयत्न सुजाण मन मात्र अवश्य करते.

ही कामशिल्पे म्हणजे गंधर्व किन्नरांच्या कामक्रीडा मानल्या जातात. ह्या कामक्रीडेतील स्त्री-पुरुष हे मानव नसून गंधर्व, अप्सरा, किन्नर आणि किन्नरी, सुरसुंदरी आहेत याची एकदा जाणीव झाली की, आपले सुजाण मन माणसाच्या वास्तव कामजीवनातून मुक्त होते आणि त्यापेक्षा वेगळ्या असलेल्यांच्या वेगळ्या जगात जाते. तेथील नीतिनियमांनी, तेथील संदर्भांनी ते त्या कामक्रीडा पाहू लागते. ही अलिप्तता कामशिल्पांचा कलात्मक आस्वाद घ्यायला उपकारक ठरते.

आपल्या पुराणादी धर्मग्रंथांत गंधर्व-किन्नर हे गानसंगीतनृत्यादी कलांमध्ये

रमणारे कलागुणसंपन्न आणि कामक्रीडेतही निपुण मानले जातात. ते दिव्य लोकातील, अतिमानवी योनीतील असतात.

मानसशास्त्रीय दृष्ट्या या गंधर्वकिन्नरांच्या जन्माचा विचार केला की एक गोष्ट कळते. संस्कृतीविषयक दिव्य स्वप्ने पाहण्यातूनच स्वर्गाचा, नरकाचा, दिव्य लोकांचा माणसाच्या मनात जन्म झाला आहे. मानवात वेळोवेळी दिसून येणाऱ्या दिव्यशक्तींची कल्पनीय रूपे म्हणजे देव, देवांगना, गंधर्व-किन्नर असतात. मानवी प्रतिभेचीच ती सर्जनशील निर्मिती असते. ही निर्मिती नजरेसमोर ठेवून मानवाने आचार-विचार करावा, त्याला उच्चतर पातळीवर नेण्यासाठी धडपड करावी, मानवामध्येच असलेले हे दिव्य अंश अभ्यासपूर्वक आत्मसात करून आपणही त्या पातळीवर पोचावे, अशी अपेक्षा असते. आपल्यातील सुरवंटाचे फुलपाखरू व्हावे हे मानवाचे सनातन स्वप्न आहे. युगानुयुगे सगळे धर्म, सगळी तत्त्वज्ञाने, सगळ्या संस्कृती त्यासाठीच धडपडत असतात.

आशय असा की, मानवी मनाचे दिव्य अंश असलेले गंधर्व-किन्नरही इथे विविध परींनी कामक्रीडारत आहेत. कामशास्त्रातील अनेक आसने त्या कामशिल्पांतून जाणवतात. म्हणजे तो कामसमागम शास्त्रशुद्ध आहे, डोळस जाणीवयुक्त आहे, पाशवी बेभानता त्यात नाही. त्या आसनांतील आवेग, उत्कटता, तृप्ती, स्पर्श, अवयवांची विशिष्ट वळणे आणि वेढे, स्थिती आणि गती त्या शिल्पांतून ओसंडताना दिसते. ती शिल्पे पाहताना आपले कलाहीन सामान्य मन सतत चेतत राहते, तन्मय होते, पूर्ण मग्न होते, हे खरे. पण जरा भान आले, कलाजाणीव जागी झाली, की आणखी काही गोष्टी लक्षात येतात. हे गंधर्वकिन्नर किंवा त्यांच्या अप्सरा वा किन्नरी शरीरांनी आवश्यक तेवढ्या सुदृढ, अटकर, बांधेसूद आहेत. नाकीडोळी नीटस आहेत. अवयवांचे स्नायू आणि बाक जेथल्या तेथे आहेत. मानवाला वरदान वाटावीत अशी ही शरीरे आहेत. ही शरीरे अलंकारयुक्त आहेत. त्यांच्या केशभूषा उत्तम स्थितीत आहेत. त्यांच्या अंगावरील मौतिकमाला, हस्तभूषणे, दंडभूषणे, पदभूषणे, केशसंभार, मुकुट इत्यादी व्यवस्थित आहेत. शरीरांच्या स्थितिगतीनुसार त्यांना वळणे मिळाली आहेत.

ही भूषणे दिव्य आहेत आणि हे दिव्य लोकीचे लोक आहेत अशी जाणीव झाली की आणखी एका गोष्टीचा उलगडा होतो. यांच्या कामक्रीडेत इतर स्त्री-पुरुषही सहभागी होतात किंवा मददगार असतात, ही इथली कामनीती असावी, याचे भान येते. हे स्त्री-पुरुष आपल्या मानवी वास्तव जगातील नाहीत, दिव्य लोकीचे आहेत या जाणिवेनेच मानवी मन वास्तवातून दुसऱ्या दिव्यभव्य जगाकडे खेचले जाते. स्वाभाविकच वास्तवाच्या वासनेतून उदात्ततेचा उदय होतो. दिव्यत्वाला शरण जाणाऱ्या सत्त्वभावनेकडे आपण खेचले जातो. त्यांची कामक्रीडा मग

पाशवी लिंगसंयोग वाटत नाही, ती दिव्य लोकीच्या उदात्तांची क्रीडा वाटू लागते.

...भारतीय सनातन मनाला आठवू लागते की 'काम' ही आपल्या संस्कृतीत केवळ वासना किंवा विकार नाही, तो तिसरा पुरुषार्थ आहे. 'काम' हा देव आहे. ह्या देवाला यथासांग उदात्त जाणिवांनीच भजले पाहिजे. संयम ठेवून योग्य उपासनेनेच त्याला प्रसन्न केले पाहिजे. त्या प्रसन्नतेची उत्तम फळे तो देव आपल्याला देईल. स्त्रीपुरुष, पतिपत्नी यांना मानसिक आणि शारीरिकही सुख-समाधान मिळेल. त्यांची संतती अविकृत, दृढ होईल. आपल्या मानसिक व शारीरिक तृप्तीची ती संताने असतील. मग कळू लागते की कामकर्दमातून 'काम' देवाचा उदय आपल्या संस्कृतीत का झाला आहे. मग उठवळ शृंगारचाळे आणि जाणीवयुक्त शृंगार-विलास यांतील फरक कळू लागतो. लिंगभोगाचे तात्कालिक घर्षणजन्य सुख आणि कामक्रीडेच्या तृप्तीचे मानसिक समाधान, यांतील तफावत ध्यानात येते.

हे समाधान रोजच्या रखरखीत मानवी व्यवहारावर प्रसन्न सावलीसारखे पसरते. त्याने चेहऱ्यावर तजेला येतो. पावलापावलांत चालताना उत्साह येतो. कामे करताना हातातून, धमण्याधमण्यांतून चैतन्य ओसंडते. सर्व वृत्ती बहरून येतात. रक्तात चैतन्याचे कोंभ उगवतात. सगळा वर्तन-व्यवहारच आनंदमय होऊन जातो. कामाला देव मानले, पुरुषार्थ मानले की ही किमया होते. भोगाचे भजन होते आणि कर्दमातूनच कमल उगवते. स्त्री ही पुरुषाला भोगदासी न वाटता प्रियसखी वाटते नि पुरुष हा स्त्रीला कामातूर पशू न वाटता ईश्वरी नव-वर वाटतो.

डोळसपणे, सुजाणपणे पाहू लागलो की खजुराहोची कामशिल्पे असे काही खूप देऊन जातात. त्यातील गंमतीजंमती सोडल्या तर ही कामशिल्पे कामवासनेवर दैवी संस्कार करतात आणि माणसाला उघड्या-नागड्या प्रकृतीतून काम-संस्कृतीत आणतात. खजुराहो संस्कृतीने हे फार चतुराईने केले. तसे करण्याची गरज होती. माणूस हा कळपाने राहणाऱ्या पशुअवस्थेतून बाहेर पडला आणि त्याने कळपाला समाजाचे रूप दिले. या समाजात सर्वांनाच सुख मिळावयाचे असेल, सर्वच निरामय, निर्मळ वृत्तीने राहावयाचे असतील, सर्वांनाच कल्याणाच्या दिशेने वाटचाल करावयाची असेल आणि कुणालाच दुःख नको असेल तर निसर्गसिद्ध उमाडणाऱ्या प्रकृतीवर संस्कृतीचे सर्वसुखप्रेरक, निरामय, भद्रकारक, दुःखनाशक संस्कार हे झालेच पाहिजेत.

कामगंड सृष्टीतील सर्व प्राण्यांत स्थायी आहे. तो आहे म्हणून प्राण्यातून प्राणी जन्माला येतो आणि निसर्गाचे चक्र चालू राहते. कामगंड नाही, तर

प्राणिसातत्य नाही. ते नाही तर निसर्ग नाही. निसर्ग म्हणजे सातत्याने पुढे सरकणारा. निसर्ग स्थिर असता तर कालौघात नष्ट झाला असता. प्राण्यांमध्ये कामगंड नसता तर वंश सातत्य निर्माण झाले नसते. त्यांचे अस्तित्वच नष्ट झाले असते. पशु-पक्षी, माणूस यांच्यात कामगंड असल्यामुळेच निसर्गाची गतिशीलता टिकते. झाडांना फुले-फळे येतात म्हणून पुन्हा नवी झाडे तयार होतात. वनस्पतींची स्वत:चे अस्तित्व सतत ठेवण्याची ही कामना म्हणजेच त्यांचा कामगंड. या सर्वांचे स्वाभाविक सातत्य म्हणजेच निसर्ग.

या कामगंडाने अनेक संस्कृतींत, अनेक मानवसमूहांत, मानवी इतिहासात प्रचंड उलथापालथी केल्या आहेत. यांच्यामुळे रामायण-महाभारतातील घटना घडल्या. अशी रामायण-महाभारते प्रत्येक संस्कृतीच्या इतिहासात घडलेली आहेत. पुष्कळदा मानवी संस्कृतीने प्रत्येकाच्या ठिकाणी असलेल्या या कामगंडाला नीट समजून घेतले नाही. त्याच्यावर विपरीत नियंत्रणे आणली. पण कितीही सांस्कृतिक नियंत्रणे आली तरी तो निसर्गाचा मूळकंद असल्याने नाना प्रकारे, नाना रूपांत वाट काढतो आणि आपले अस्तित्व कायम ठेवतो.

आपण माणूस म्हणून एका कुटुंबाचे, एका समाजाचे घटक असतो. कुटुंबाचे व समाजाचे अनेक संस्कार आपल्यावर होत असतात. या संस्कारांतून नानाविध रूपे घेऊन कामभावना सातत्य टिकवीत असते, प्रकट होत असते. पुष्कळवेळा कुटुंबात, समाजात एखाद्या व्यक्तीपाशी आपणाला जे व्यक्त करता येत नाही, ते तसेच मनात दडपले जाते. विशेषत: कामभावनेच्या नशिबी सातत्याने दडपले जाणे येते. आणि ती तर आदिम भावना. फ्रॉइड म्हणतो, मनात दडपलेले काहीही नष्ट होत नाही. ते सुप्त, अर्धसुप्त मनात पडून राहते. वेळ येताच अनेक रूपे घेऊन कृतींतून, स्वप्नांतून, साहित्यांतून, कलांतून व्यक्त होते. पुन्हा साहित्याचे वा कलांचे प्रमुख वैशिष्ट्य असे की, वास्तवाला सुंदर रूपात त्या व्यक्त करतात. मनात दडपलेल्या वासना-विकारांचे असे आविष्कार झाले की मनाचा निचरा होतो. ते सोज्वळ होण्यास मदत होते.

मनाचा निचरा नीट होण्यासाठी आणि कामसौंदर्याचा आनंदही कळण्या-मिळण्यासाठी खजुराहोची कामशिल्पे मन मोकळेपणाने पाहावीत. मात्र सामान्यपशू होऊन ती पाहू नयेत, पशुपती शिव होऊन ती पाहावीत. बरोबर 'पार्वती' असेल तर आनंदाला परिपूर्णता लाभते, हे विसरू नये. ही कामशिल्पे धर्ममंदिरांच्या भिंतींवरची आहेत, चित्रपटगृहाच्या पोस्टर-वॉलवरची नाहीत, हेही विसरू नये. कोणत्याही धर्ममंदिरात प्रवेश करताना भारतीय मनाच्या सात्त्विक शक्ती जाग्या होतात. अशा सात्त्विक शक्तींच्या उदयाच्या वेळी ही शिल्पे सामोरी येतात आणि कामशक्ती जागवली जाते. त्यामुळे सात्त्विकाचा असर कामशक्तीवर पडतो

नि कामवासनेतून काम-पुरुषार्थ उगवतो. सात्त्विकाच्या उत्कट प्रकाशात कामाचा 'काम' देव होतो. खजुराहोची कामशिल्पे अशी मोक्याच्या ठिकाणी कोरली आहेत.

ज्या मानवी मनाला 'कामा'चा कामदेव घडवता येत नाही, त्याच्या नशिबी फक्त दगड नि धोंडे येतात. तो जीवनाचा शिल्पकार न होता पाथरवट होतो. वासनाविकारांची गाढवे हाकणे एवढेच त्यांच्या कपाळी येते. चिखल नि मातीचा तो धनी होतो. ही कमनशिबी माणसे खजुराहोची कामशिल्पे पाहाताना 'काम'च पाहतात नि 'शिल्प' विसरतात. हे विसरणे म्हणजे संस्कृती विसरणे, माणसातील 'मानव' विसरणे नि पशू पाहणे असते. म्हणून खजुराहोची कामशिल्पे पाहायला जाताना पाथरवटाच्या गाढवावर बसून जाऊ नये, कृष्णाच्या तेजोमय घोड्यांच्या रथात बसून जावे. कामलीलांना आत्मिक रूप देणारा कृष्ण कदाचित कामशिल्पे कशी पाहावीत, हेही सांगू शकेल. तुम्हाला तो रथ तुमच्या मनाच्या सोनेरी द्वारकेतच भेटेल; अंगणात उभ्या असलेल्या एखाद्या कार-कंपनीच्या श्रीमंत लोखंडी गाडीत नाही.

◆

लिंग आणि शिवलिंग

गावाबाहेर सीमेलगत महादेवाचं देऊळ आहे. गुरवाची वस्ती त्या देवळाला लागून आहे. या महादेवाला सकाळची पहिली पूजा गुरवाची असे. पूजेच्या वेळी तो देवळाचा गाभारा आणि शिवलिंग नेमाने स्वच्छ धुताना दिसे. कसलेतरी मंत्र म्हणत तो ही पूजा मनोभावे करी. त्या मंत्राने गाभारा शंकराच्या डमरूसारखा घुमे. ते घुमणे मी आजही विसरू शकत नाही.

गुरवाच्या घरी आमचं रतिबाचं दूध घालून परत येत असताना, सोमवारच्या दिवशी ते घुमणे माझ्या कानावर हटकून पडत असे. अनायासे गुरवालाच दूध घालावे लागत असल्याने 'प्रत्येक सोमवारी देवळात जाऊन महादेवाच्या पाया पडून यावं,' म्हणून आई सांगत असे. मी शिवलिंगाची पूजा नेमाने करू लागलो.

गावी गेलो की, सहज फिरत फिरत गावाबाहेर जातो. शिवलिंगाला नमस्कार करून परत येतो.

शिवलिंग म्हणजे काय?... हे महाविद्यालयात गेल्यावर कळलं. ते कळल्यावर मी थरारून गेलो. काहीसा ओशाळलो.

शिवलिंग हे शिव आणि शक्ती यांच्या एकात्मतेचे प्रतीक. शिव हा पुरुषप्रतीक तर शक्ती हे स्त्रीप्रतीक. पुरुष हे स्त्रीच्या ठायी बीज पेरणारे मूलभूत तत्त्व; म्हणजे आदितत्त्व. स्त्री हे सृष्टी निर्माण करणारे, बीजाशी संयोगित होऊन दृश्य रूपाला येणारे आदितत्त्व. शिवलिंग ही या दोन तत्त्वांचे मीलन दाखविणारी प्रतिमा. प्रत्यक्ष पुरुषाचे जननेन्द्रिय आणि स्त्रीचे जननेन्द्रिय यांच्या संयोगाचे, एकात्मतेचे प्रतीक. विश्वाच्या जन्माच्या मूळ बीजतत्त्वाचे शिव हा प्रतीक, तर शक्ती किंवा पार्वती ही या बीजाला आपल्यात घेऊन सृष्टीचे दृश्यरूप धारण

करणाऱ्या जड तत्त्वाचे प्रतीक. या शिव-शक्तीचे मीलन म्हणजे शिवलिंग. शिवलिंगातील घोटीव काळ्या पाषणाचा उभा स्तंभ हे नरेंद्रियाचे प्रतीक आणि त्याच्या भोवतालची शाळुंका ही मादीन्द्रियाचे प्रतीक. आणि या एकात्म लिंगाची आपण पूजा करतो.

महादेवाच्या प्रत्येक देवळात हे एकात्म लिंग असते. महादेवाला शुभ्रकमल आणि बिल्वदल आवडते. पुन्हा शुभ्रकमल हे स्त्रीच्या सर्जनशीलतेचे प्रतीक मानले जाते तर बेलफळ शुक्र किंवा वीर्य अधिक जननक्षम व्हावे म्हणून खाल्ले जाणारे औषधी फळ आहे. ग्रामीण भागात असा आजही लोकसमज आहे.

महादेवाच्या देवळासमोर नंदी असतो. हा नंदी शिव-पार्वतीचे वाहन समजला जातो. हा बलिवर्द विपुल जननशक्तीचे प्रतीक मानला जातो. गायरांच्या एका कळपात असलेला एक खोंड सर्व गायींना फळवू शकतो, त्यांना फळाला आणू शकतो इतकी जननशक्ती त्याच्याजवळ असते. एका वेळी तो तीन किंवा चारही संयोग करू शकतो. महादेवाच्या देवळात जाण्यापूर्वी ह्या नंदीच्या इंद्रियाचीही पूजा करण्याची प्रथा आहे.

पौगंड वयात हे सर्व कळले त्यावेळी मी संकोचून गेलो. शिवलिंगाची आपण पूजा करतो म्हणजे नेमकी कशाची पूजा करतो हे जाणवले.

लैंगिक क्रियेची कुणाजवळ वाच्यता करायची नसते, चर्चा तर कधीच करायची नसते. अशा लैंगिक क्रियेचं प्रतीक म्हणजे शिवलिंग. जननेन्द्रिये ही आपली गुप्तेन्द्रिये असतात. जनलोकांत आपण ती सदैव आच्छादून ठेवतो.

लोकांना दिसू नयेत याची सतत दक्षता घेतो. एवढेच नव्हे तर त्याच्या आसपासचे आपले अंगही आपण उघडे करू इच्छित नसतो. तसे करणे, अप्रत्यक्षरीत्या त्याचे प्रदर्शन करणे हे असंस्कृत, अश्लील, बीभत्स, घाणेरडे असे काहीतरी आपण मानतो.

असल्या लिंगाची पूजा ही सार्वजनिक ठिकाणी कशी काय केली जाते? शिवाय हे लिंग सुटे सुटे स्वतंत्र नाही. एकमेकांशी संयोग पावलेले आहे. धर्म हा पवित्र असतो. मग ही अपवित्र गोष्ट धर्मात कशी काय घुसली? ही पूजा करायची ते करूनही त्याची देवळे कशाला बांधली? महादेवाचं म्हणजे शिवलिंगाचं देऊळ प्रत्येक गावात असतेच असते. बाकीची देवळे एखाद्या वेळी गावात नसतील, पण प्रत्येक गावी महादेव हा- महालिंग- देव असतोच. हे बीभत्स नाही काय?

अनेक प्रश्नांनी मला पौगंडावस्थेत गोंधळून टाकले. त्या लिंगाची पूजाही ओशाळवाणी वाटू लागली. ऐन विशीपर्यंत माझ्यावर जे कौटुंबिक, सांस्कृतिक आणि नैतिक संस्कार झाले होते, त्या संस्कारांत ही लिंगाराधना बसत नव्हती. देवळाच्या दारात देवळाकडे तोंड करून आरामात बसलेल्या नंदीचा अंड त्याच्या मागच्या पायांच्या दोन्ही जांघांतून अशा रीतीने शिल्पकाराने बाहेर काढलेला असतो की नंदीला स्पर्श करू इच्छिणाऱ्या भक्ताचा हात त्यावर सहज पडू शकेल. शिल्पकाराने तो अतिशय काळजीपूर्वक कोरलेला असतो. भरघोस आकार त्याला दिलेला असतो. त्याचे रहस्य त्यावेळी माझ्या लक्षात आले. तो नंदी पुनः पुन्हा माझ्या नजरेसमोर त्या वयात येऊ लागला.

-आज हा सगळा संकोच दूर झाला आहे. शिवलिंगाचा काही वेगळा अर्थ मनाशी लागतो आहे. आपला धर्म, सांस्कृतिक परंपरा, प्रतीककल्पना, विचारांची मौलिकता यांची समृद्धी आपल्या देशात किती आहे, याचा अनुभव येतो आहे. ती शिव-शक्ती म्हणजे सृष्टिजन्माचे सर्जनशील प्रतीक वाटते.

मानवाच्या जन्माची ती गंगोत्री. शंकराच्या काळ्याभोर गूढ जटांतून वाहणाऱ्या हिच्या वीर्यधवल पवित्र पाण्यात मानव आजन्म अवगाहन करतो आहे. मनःशांती मिळवतो आहे.

गंगोत्रीचीच पुढे संस्कृतिगंगा झाली. तिच्या काठाकाठावर मानवानं आपल्या कर्तृत्त्वानं सुख-दुःखाची, संस्कृतीची, विविधतेची अनेक तीर्थक्षेत्रं उभारली. या गंगेचे विशाल, सखोल आणि समृद्ध जीवन म्हणजे मानवी संस्कृतीचे जीवन. जनसागराच्या थेंबाथेंबात जाऊन मिळणारी नि भारतीयांच्या धमन्यांतून वाहणारी रक्तगंगा ती हीच.

मानवी जीवनाच्या थेंबाथेंबात ह्या कामगंगेचा नाना रंगात आविष्कार होतो.

आपल्या सगळ्या भावभावनांनी या गंगेचे पाणी तीर्थ म्हणून प्यालेले असते. तिच्या काठावरचे गुलाब आपल्या वेणीत, केशकलापात खोवलेले असतात. प्रणय-प्रीतीचे उत्कट गुलाबी रंग, माया-ममतेचे प्रसन्न हिरवे-पिवळे रंग किंवा करुणेचे शांत ढवळेनिळे रंग मुळात कामगंगेच्या पाण्याचेच असतात.

या खोल पाण्याच्या तळात पाशवी वृत्तीचा कमरेएवढा चिखल असला तरी वरचे सगळे पाणी मानवतेच्या भगव्या केशरी मातीने गंधित झालेले असते. तुमच्या आमच्या जीवनातील सुखाचे किंवा दु:खाचे आदिकारण शोधण्यासाठी आपण बुद्धीच्या विमानातून जरी लांबवरचा प्रवास केला तरी आपले पाय शेवटी कामगंगेच्या काठावरच स्थिर होतात. सगळे उड्डाण-तळ तिच्या काठावरच बांधलेले असतात.

मनोवैज्ञानिकाचे लक्ष्यवेधी विमानही या कामगंगेच्या पाण्यातच आपले दोन्ही तिन्ही पाय सोडून बसलेले असते. तुमच्या आमच्या मनावर फुललेली कोणतीही तृप्तीची फुले या गंगेचे पाणी पिऊन पोसलेली दिसतील. अर्थात ही गोष्ट त्या फुलांच्या सुगंधांना विचारू नये. वेलींच्या मुळांना कानात विचारावी. अगदी एकांतात जाऊन. विश्वासात घेऊन अंत:करणातली गोष्ट काढून घ्यावी. खुदूखुदू हसत ती मुळे सांगतील. तुम्हाला कळेल की त्या सगळ्या मुळांच्या मुखांनी तेच चवदार पाणी प्यालेले असते.

आपल्या या वेलीवर कधीकधी फुलांपेक्षा काळ्या काट्यांची पैदासच जास्त झालेली असते. निराशेच्या, उद्विग्नतेच्या भुरक्या छटा त्यांच्यावर असतात आणि त्यांची रूपे टोकदार बाणांची असतात. त्यावेळी मात्र वेलींच्या मुळांना शपथा घालून आत्मीयतेने विचारावे, त्यांची थट्टा करू नये. कारण ती उदास, भकास चेहरे करून मलूल मुखांनी बसलेली असतात.

अशा वेळी चटकन खरे कुणी सांगत नसते. थट्टा केली तर अंगावरचे खांद्यावर घेऊन मग हळूच शिंगांवर घेऊन उडवून देते. म्हणून गंभीरपणे पिण्याच्या पाण्याच्या शपथा घालाव्यात. हळूच ती मुळे सांगतील की, गेल्या अनेक दिवसांत त्यांना कामगंगेच्या झुळझुळ पाटाचे ते चवदार पाणी मिळाले नाही. त्यांच्या भोवतालची सगळी पोषणकर्ती माती त्यामुळे नीरस, कोरडी झालेली असते.

आपणाला हे फार उशिरा कळते. कधी कधी इतका उशीर झालेला असतो की सगळी वेलच मुळी मरणोन्मुख अवस्थेला जाऊन पोचलेली असते. किंवा तिच्यावर विकृतीची बांडगुळे जन्माला आलेली असतात. या बांडगुळांवर आलेली छोटी छोटी फळे हीच त्या वेलीची फळे असे आपणास खात्रीपूर्वक वाटू लागते. अशा वेळी मग काही करता येत नाही. म्हणून आपल्या देहावर

पसरलेल्या नि रोमारोमांत रोवलेल्या या वेलीची निगा काळजीपूर्वक राखावी लागते.

त्याचं काय होतं, कधी कधी तुम्हाआम्हाला भलत्याच गोष्टींचे पिसं लागतं. या पिसाला कुणी कुणी 'ध्येय' असं गौरवात्मक नाव देतं. कुणी पाश्चात्य ज्ञानानं जीभ खरकटी झालेला 'करिअ‍ॅरिझम्' असंही म्हणतो. पण पिसं म्हणजे खऱ्या अर्थाने वेडेपणाच. ह्या वेडेपणाच्या फंदात पडून कुणी आजन्म अविवाहित राहून जगतो. कुणाला 'ब्रह्मचर्यपालन' नामक आदर्शाचा साक्षात्कार झालेला असतो. खरे तर तो एक बुद्धिभ्रमाचा प्रकार असतो. कुणी काही कारणाने तर कुणी काही कारणाने लग्नच करत नाही. कुणी स्त्री विधवा असते, तर कुणाला लग्न करणे अशक्य असते. कुणा मनस्विनीला सामाजिक कारणासाठी विवाहाचे लचांड नको असते. ती नको त्या पातळीवर समतावादी असते. जुन्या रीतीने लग्न करणे म्हणजे तिला स्त्रीजातीचा अपमान वाटत असतो. काही स्त्रिया भलत्याच नैतिक कल्पनेच्या पोटी, घराणे खानदानांच्या परंपरांपोटी पुरुषसहवास टाळतात. परपुरुषांशी कोणत्याही परिस्थितीत त्या बोलू इच्छित नसतात. काही पुरुष तर त्यांनाच फक्त महान वाटणाऱ्या एखाद्या कामगिरीसाठी लग्न करणे टाळतात. हे टाळणे म्हणजे आपलीच मुळे आपण तोडण्याचा वेडेपणा असतो.

त्यांना वाटते की आपलं हे पिसं फळाला आलं की सुखाची मोट्ठी फुलं आपल्या जीवनात फुलतील. पण पिसं फळाला आलं तरी त्यावर फक्त कुसं उगवतात, हे त्यांना ठाऊक नसतं.

ही कुसं मोठी मजेशीर असतात. ती लांबून रेशमासारखी दिसतात. पण ती कुणालाही जवळ येऊ देत नाहीत की कुणाच्या हाताचा आपल्याला स्पर्श करू देत नाहीत.

माझ्या पाहण्यात एक मोठे साहित्यिक आहेत. काही कारणांनी त्यांनी विवाह केला नाही. साहित्यनिर्मितीत जन्मभर आनंद मानला. समाजापासून दूर दूर एकांतात राहिले. माणसांना सातत्याने टाळण्याचा प्रयत्न केला. त्यांना साहित्यनिर्मिती हा एक प्रामाणिक जगण्याचा मार्ग वाटत होता. मनापासून ते तसे सांगत असत. आज वृद्ध वयात ते भकास चेहऱ्याने बसलेले दिसतात. काही तरी महत्त्वाचे हरवले आहे आणि ते काही केल्या सापडत नाही, अशी हताशता त्यांच्या खोल नजरेत भरून राहिलेली असते.

मला हा एक वेडेपणा वाटतो. माणसाने कसे माणसांत राहावे. स्वत:ला काही कामे करायची असतील तेव्हा जरूर एकांत पत्करावा, पण माणसांना भेटणे, त्यांच्याशी बोलणे, त्यांच्याबरोबर जगणे, हे टाळू नये. कारण ते मनुष्यपिंडाचे स्वाभाविक जगणे असते. नाहीतर मग नशिबी कुसं येतात.

इतर माणसांना क्षुद्र लेखणे, कमी मानणे, आपल्या जगण्यातील अडथळा मानणे हीच मुळी स्वत:तील माणूस समजून घेण्यातील मूलगामी चूक असते. स्त्री-संपर्कात नसलेली अशी अविवाहित माणसे तिरसट, तिरसिंगरावी वृत्तीची, भांडखोर, एककल्ली, स्वत:भोवती पूर्ण काल्पनिक विश्व निर्माण करून बसलेली असतात. अशा प्रकारच्या स्त्रियांच्या बाबतीतही तेच असते. शिवलिंगाच्या पूजेचे महत्त्व त्यांना कळलेले नसते. ती स्वत:च्या उग्र अहंचीच आराधना करत बसलेली असतात. त्यांचे जीवन सतत किरकिरणाऱ्या मुलासारखे झालेले असते.

अर्थात कळत-नकळत शिवलिंगाची पूजा मनोभावे करून जगणारा सामान्यांचा समाज या किरकिरणाऱ्या बाळालाही सांभाळत असतो. त्याला वात्सल्याची, स्नेहाची बाळवाटी देत असतो. 'त्याला काय करायचं ते करू द्या, त्याचं ते करणं आपल्या दृष्टीनं एकांगी असलं तरी त्याच्या दृष्टीनं ते महत्त्वाचं आहे, हे आपण ओळखू या नि त्याला त्याच्या आवडत्या खेळण्यात रमू देऊ या.' -अशी समाजाची भूमिका त्याच्या बाबतीत राहते. शिवलिंगाची पूजा करणारा समाज वत्सल असतो, म्हणून तो त्यालाही समजून घेतो. पूजा करून मिळवलेल्या समाजपुण्यावरच तो कलंदर जगत असतो.

दुसरे एक वृद्ध साहित्यिक आणि थोर कलावंत आहेत. आज निवृत्त. पण तृप्त जीवन जगत आहेत. माणसांत बसणे-उठणे, त्यांच्याशी गप्पा मारणे, हसणे-खिदळणे मनमुरादपणे चाललेले असते. ऐन तारुण्यात त्यांच्या प्रेमप्रकरणांविषयी खूप वादळे उठत होती. उलटसुलट चर्चा होत होत्या. त्यांना बदफैली, स्त्रीलंपट समजण्यापर्यंत मजल गेली होती.

आज ती वादळे थंड झाली आहेत. फारशी कुणाच्या लक्षातही नाहीत. सगळे डहुळलेले पाणी शांत, निर्मळ आणि पारदर्शी झालेले आहे.

त्यांच्याच घरी गप्पा मारता-मारता मी सहज त्यांना विचारले. प्रश्न अतिशय सहज आणि सांकेतिक होता. "समजा, तुम्हाला पुनर्जन्म लाभला, तर पूर्वी केलेल्या काही चुका तुम्ही सुधाराल का?"

"नाही. पूर्वी काही चुका केल्या आहेत, असं मला आजही वाटत नाही. जे केलं होतं ते योग्यच केलं होतं. एकमेकांच्या अनुमतीनं केलं होतं. माझं अनुमान असं आहे की, प्रत्येक माणूस, मग स्त्री असो वा पुरुष असो, संधी आली तर असं काही केल्याशिवाय सोडत नाही. त्यांचा समाजात बभ्रा होत नाही एवढंच. डॉ. केतकर म्हणतात त्या प्रमाणे प्रत्येक स्त्रीपुरुष त्याच्या त्याच्या आयुष्यात किमान पन्नासभर व्यक्तींवर तरी प्रेम करीत असतो. पण हे सगळं मनोमन असतं. समाजाची व्यवस्था त्यांना तसं उघडपणे करू देत नाही. ज्यांच्याजवळ सामर्थ्य आणि धाडस असतं ते समाजाची व्यवस्था मोडून ते

करू शकतात. बाकीचे भ्याड असतात किंवा सुरक्षिततेच्या मोबदल्यात आपली उपासमार पत्करतात.''

"पण अशा तुमच्या धाडसामुळे दुसऱ्याचे संसार उद्‌ध्वस्त होतात, त्याचं काय?''

"त्यांना संसार असतील तर ते जरूर उदध्वस्त होतील. पण असं करणाऱ्यांना मुळातच खरे संसार असतात का? काही अविवाहित असतात, तर काहींचे संसार आतून पोखरलेले, वरवरचे, डामडौली असतात. समाजाची एक शिस्त, एक व्यवस्था म्हणून त्या संसारांचे मोडकळीस आलेले ताबूत तसेच शाबूत ठेवलेले असतात. त्यांच्या आत डोकावाल तर तसं काही चैतन्य नसतं. सगळा बनाव रंगीत कागदी सजावटीचा असतो. उलट आमच्या प्रेमसंबंधांमुळे ती कागदी सजावटसुद्धा खरा रंगतदार संसार समजून सोसली जात असते. तसं बळ या संबंधांमुळं प्राप्त होतं.''

"समाज तुम्हाला एकेकाळी बदफैली, स्त्रीलंपट समजत होता. त्याविषयी तुम्हाला काय वाटतं?''

"समाज मला त्यावेळी ज्या प्रकरणांमुळे असं समजत होता, ती बहुतेक प्रकरणं खोटी होती. आणि उरलेली अतिशयोक्तीनं, भडकपणानं रंगविली जात होती. याचा दोष खरं तर सिनेसृष्टीकडं, नाट्यसृष्टीकडं आणि या सृष्टीवर पोसणाऱ्या फिल्मी नियतकालिकांकडे जातो. त्यांच्यावर ज्यांची पोटं भरत असतात अशा धंदेवाईक लेखन करणाऱ्यांकडे जातो. समाजात जगणाऱ्या सर्वसाधारण माणसाला तसा या प्रकरणात रस नसतो.''

"असं कसं म्हणता? कारणं काही का असेनात अशा प्रकारचा मजकूर आवडीनं वाचणारा आणि तुम्हाला तसं म्हणणारा समाजात एक सर्वसामान्य माणसांचा वर्ग आहेच.''

"एक तर अशा फिल्मी नियतकालिकांतील मजकुरावरून आपली मतं तयार करणाऱ्या माणसांबद्दल मला काडीचेही प्रेम अथवा आस्था नाही. असा माणूस अतिशय उथळ असतो, हलक्या कानामनाचा असतो. त्याच्या मताची दखलसुद्धा मी कधी घेत नव्हतो. उलट त्याची मला कीवच करावीशी वाटे.''

"कीव करावीशी वाटे?''

"हां!''

"का बरं?''

"त्याचं असं आहे, समाजात अनेक कारणांमुळे या माणसांच्या कामविकारांतून निर्माण होणाऱ्या प्रेमभावनेचं नीटपणे पोषण झालेलं नसतं. पोटापाण्याच्या पाठीमागे दिवसातले चोवीस तास त्यांना रखडावं लागत असल्यामुळे त्यांची

प्रेमभावना त्यांनाच नीटपणे समजून घेता येत नाही. कामविकारांतून विकास पावणारी प्रेमभावना त्यांच्या बाबतीत विकास पावूच शकत नाही. कामविकारांच्या पातळीवरच ती रेंगाळत असते. या विकारांवर काही संस्कार होण्याची गरज असते. स्थायीभूत असलेल्या प्रेमभावनेची व्यापकता, तिच्यातून निर्माण होणारे वात्सल्य, करुणा, प्रणय, प्रीती, सहानुभूती, स्नेह हे समजून घ्यावं लागतं. ते त्यांना समजणं त्यांच्या जगण्याच्या पद्धतीमुळे अशक्य असतं.

"मग ते कामविकारालाच प्रेम मानतात नि सगळ्या आयुष्याचा चुथडा करतात. पशुपातळीवर कामविकार तृप्त करण्याचा प्रयत्न करतात. दुसऱ्यांच्या प्रेमभावनाही या पशुपातळीवरच समजून घेतात व समाजात या नाजूक फुलांच्या शेतात एखाद्या रेड्यासारखा धुडगूस घालतात. पुष्कळ वेळा त्यांच्या या वर्तनाला विकृती प्राप्त होते. ह्या विकृतीचं एक लक्षण म्हणजे उथळ फिल्मी दुनियेवरचं लेखन वाचणं आणि त्यावरून प्रेमभावनेचं स्वरूप समजून घेणं. दीन आणि कळाहीन झालेल्या अशा माणसांविषयी मला कीव नाही तर काय येणार?"

"तुम्ही यावर बराच विचार केलेला दिसतो."

"मी नाही केला, आमच्यापूर्वी अनेकांनी केला आहे. त्यांचेच माझ्यावर संस्कार आहेत."

ते पुष्कळ बोलले. त्यांची सून, चार वर्षांचा नातू व छोटी नात तिथेच बसून ऐकत होते. तरुण सून अगदी मोकळेपणाने ऐकत होती. तिने चेहऱ्यामोहऱ्याने आपल्यासारखा दिसणारा आपला मुलगा खुर्चीवर आपल्या पुढ्यात सहज कवटाळून धरलेला होता. तिची मुलगी आजोबांच्या पुढ्यात बसून निरनिराळे आकार धारण करणाऱ्या एका प्लॅस्टिकच्या खेळण्यात मग्न होऊन गेली होती. अधूनमधून ती आजोबांच्या चेहऱ्याकडे 'असंच कलायचं का?' -म्हणून बोबड्या बोलांनी विचारत होती. गंमत अशी की, तिचे आजोबा बोलता-बोलताच तिच्या चेहऱ्याकडे डोळे भरून पाहत होते. प्लॅस्टिकचा एखादा तुकडा बरोबर जोडून देत होते.

त्या वृद्ध पुरुष कलावंताचा बालरूप नारीअवतार मला त्या मुलीत दिसत होता. चेहरा थेट आजोबांसारखा देखणा. ती शंभर टक्के पितृमुखी झालेली दिसत होती. ती मुले, सून, आजोबा, नातीगोती बघताना कामविकारांतून विकसित झालेल्या सोज्वळ प्रेमभावनेने त्या कुटुंबात जणू क्रीडाविलास मांडलेला दिसला.

सर्जनाचे विधायक कार्य साधून घेणाऱ्या निसर्गाने तिथे सून आणि नातू यांच्या रूपाने स्त्रीला पुरुषरूप दिले होते आणि आजोबा आणि नात यांच्या रूपाने पुरूषाला स्त्रीरूप दिले होते. पुरुषातील स्त्री आणि स्त्रीतील पुरुष यांचे तिथे ढळढळीत रूपांतर झालेले होते. अर्धनारीनटेश्वराचा वेगळा प्रत्यय येण्याचे आता कारण उरले नव्हते. पुरुषलिंग आणि स्त्रीलिंग यांच्या पूर्ण एकात्मतेचे

मूळ रूप असलेले तिसरे लिंग म्हणजे शिवलिंग होय, अशी नवीन जाणीव त्यावेळी झाली.

आणखी खूप गप्पा झाल्या, पण गाभ्याचे बोलणे संपले होते. मी उठलो. त्यांनी गहिऱ्या स्नेहाने निरोप दिला. प्रेमभावनेच्या परिपूर्तीने जीवन समृद्ध, तृप्त झालेल्या त्या भव्य, गोऱ्या कलावंत चेहऱ्यावर समाधानाचा सागर हिंदकळत होता. अथांग डोळ्यांत चंद्रसूर्याचे शीतल-तेजस्वी किरण एकत्रच अनुभवायला मिळत होते. शिवलिंगाच्या पूजेचा एक छानसा साक्षात्कार झाला.

परतीच्या वाटेवर मनात अनेक विचार घोंगावू लागले. फळझाडांना कुठे ठाऊक असते आपण स्त्री का पुरुष आहोत ते. त्यांच्यात स्त्री आणि पुरुष एकत्रच असतात. ती कुणाच्या सहवासात नव्हे तर स्वतःच युवतीसारखी मोहरतात. स्वयंभूपणाने फुले धरतात आणि स्वतःच फळाला येतात. पृथ्वीला कोण फळवतो? ती अनंतकोटी योनींची धरित्री स्वतःच प्राणी, पक्षी, वनस्पती, जिवाणू यांना जन्म देते.

अर्धनारीनटेश्वर हे या स्वयंसर्जनाचे प्रतीक. स्त्रीपुरुष एकात्म आणि एकातच असल्याची ती प्रतिमा. स्त्रीत पुरुष असतो आणि पुरुषात स्त्री असते, सूनेत नातू असतो आणि आजोबात नात असते, हे सनातन सत्य सांगणारे ते संकेतरूप- शिवलिंग हा त्या संकेतरूपाचाच दुसरा आविष्कार.

पुरुषलिंग आणि स्त्रीलिंग यांच्या शारीरमानसिक एकात्मतेचा तो सर्जनशील आदिबंध. त्या एकात्मतेची पूजा म्हणजे शिवलिंगाची पूजा. पर्यायाने ती आपलीच पूजा. आपल्यातल्या सर्जनशील शिवशक्तीची आपणच केलेली पूजा. माणसातल्या जन्म देणाऱ्या आदिशक्तीची ती आरास.

संस्कृतमध्ये 'जन' हा मूळ धातू आहे. 'जन्मणे' हा त्याचा मूळ अर्थ. 'जन' पासून अनेक शब्दरूपे तयार झाली. जन, जनक, जनन, जायते, जाया, आत्मज, अशी कितीतरी त्याची रूपे आहेत.

जगात जन्माला येतात ते 'जन', जो मुलाला जन्म घालतो तो 'जनक'. 'जनन' म्हणजे जन्मक्रिया. 'जननेंद्रिये' म्हणजे जन्मक्रियेची इंद्रिये. 'जायते' हे 'जन्माला येतो-येते' या अर्थाचे क्रियापद. संस्कृतमध्ये 'जाया' याचा अर्थ पत्नी. जिच्या ठिकाणी आपण पुत्ररूपाने पुन्हा जन्म घेतो ती जाया, असा त्या शब्दाचा मूळात अर्थ आहे. 'आत्मज' म्हणजे पुत्र. आपल्याच आत्म्याने जायेच्या पोटी जन्म घेतलेला तो आत्मज. पुत्राच्या रूपाने आपला आत्माच म्हणजे आपणच पुन्हा जन्माला आलेलो असतो, अशा अर्थाचे संस्कृत वचन उपनिषदांत आहे.

जननक्रियेतून आपणच अनेक जन्म घेत असतो. त्यातूनच सनातनाचा प्रवास सातत्याने करतो. ही जननक्रिया म्हणजे आपणच विकसत असण्याची,

आपणच वाढत, विस्तारत असण्याची क्रिया. आपणच पुत्रपौत्री होतो, आपणच स्त्री-कन्या होतो, आपणच आजे-मामे-काके असतो. आपणच आपली मुले, आपली कुटुंबे, आपले पूर्वज, आपले वंशज असतो. असे होणे म्हणजे आपली परिपूर्ती होणे.

याची जाणीव झाली की कामविकारातून प्रेमभावनेचा विकास होतो. मग या नाते-संबंधांवर, निसर्गातील सर्वच जिवाणूंवर, त्यातील सर्जनशील सौंदर्यावर आपण माया, ममता करू लागतो. वात्सल्य, दया, करुणा, कणव जगावर उधळू लागतो. हे करणे म्हणजे स्वतःचेच मूलभूत जीवन समृद्ध करणे, स्वतःच्या फांद्या, पाने, फळे वाढवणे असे वाटू लागते. स्वतःचीच नवी रोपे स्वतःच तयार करण्याची ही प्रक्रिया असते.

निसर्ग याशिवाय आपल्याकडून दुसरे काय मागतो? तो याच प्रक्रियेतून पुढे सरकत असतो. त्याची ही क्रिया अखंड चालू असणे आवश्यक असते, नव्हे ती चालू असतेच. आपण त्या क्रियेचेच अंश असतो. या क्रियेची पूजा म्हणजे शुभंकर शंकराच्या महालिंगाची पूजा.

लैंगिक जीवनाकडे आपली संस्कृती कशी पाहते, त्याचे हे प्रतीक आहे. माणसाने निर्माण केलेली संस्कृती ही माणसाला अंतिमतः कल्याणप्रद ठरत असते. त्या संस्कृतीने सर्वांना सुख मिळेल, सर्वांचे जीवन सुसह्य होईल आणि विकास पावेल याची दक्षता घेतलेली असते. या दक्षतेच्या पोटीच मानवी नीती, रीती, आचार, संस्कार जन्माला येतात. त्यामुळे मानवी कळपाला 'समाजपण' येते. पशूंच्या समूहाला आपण 'कळप' म्हणतो, याचे कारण तेच. पशूंच्या कळपाला एकत्र जगण्यापलीकडे काही रीती, नीती, संस्कृती नसते. ते कसेही बसतात, कसेही खातात, तिथेच हगतात, तिथेच मुततात, कुणाही मादीशी रत होतात. तिथे नातेसंबंध बाद असतो. कामविकाराची तृप्ती एवढेच नरमादीचे ध्येय असते. आपल्याला भोग मिळावा म्हणून एक नर दुसऱ्या नराला ठार मारतो नि त्याची मादी भोगतो किंवा अनेक माद्या भोगण्याच्या आपल्या पाशवी क्रियेत कुणी वाटेकरी नको म्हणून तो आपल्याच कळपातील अन्य नरांचा नाश करतो. भोगासाठी आपल्याच कुळाचा नाश ही पशुवृत्ती. म्हणून ते पशू. मनुष्य हाही प्राणी मुळात पशू, पण त्यातूनच मानव उगवतो आणि त्याची मानवता जन्माला येते, विकास पावते. नराचा तो नारायण होतो. पशूतून 'मानव' जन्माला घालणे हेच मानवी संस्कृतीचे ध्येय.

संस्कृतीचा इतिहास म्हणजे माणसातील पशू आणि मानव यांचा अंतर्बाह्य संघर्ष. मानवाने पशूवर केलेल्या विजयाचा प्रवास म्हणजे संस्कृतीचा प्रवाह. मानवी जीवनात हाच संघर्ष सतत चाललेला असतो. आपल्यातला पशू आपण

किती जागवतो आणि मानव किती जागवतो, हे पदोपदी पणाला लागत असते. यातूनच कुटुंबाकुटुंबात, घराघरात, समाजाच्या थराथरात किंवा राष्ट्राराष्ट्रात ताण निर्माण होतात. पशूंचा विजय झाला की संस्कृतीचा, समाजाचा, मानवतेचा ऱ्हास होतो. लिंगभोगाचा निरास करून त्यातूनच शिवलिंग पूजेच्या रतिक्रीडेचा आविष्कार करणे, हा या मानवी संघर्षातील एक महत्त्वाचा भाग असतो. तो संस्कृतीला, समाजधारणेला विकासाच्या दिशेने नेतो.

पाशवी लिंगभोगाला मानवी शिवलिंगपूजेची पातळी येऊ शकेल का? ऐन तारुण्यात, शरीराच्या ऐन उन्मादक अवस्थेत असे प्रश्न नेहमी पडतात. आपली संस्कृती याचे उत्तर होकारार्थी देते. त्यासाठी युगंधर कृष्णाला समजून घेता येण्यासारखे आहे. आपण त्याला पूर्णपुरुष मानतो. ज्याच्या ठिकाणी पुरुषत्वाचे सगळे गुण पूर्ण विकसित झाले आहेत असा पुरुष तो पूर्णपुरुष. त्याला सोळा हजार आठ बायका होत्या, अशा आपल्याकडे लोककथा आहेत. त्या बायकांत रुक्मिणी, सत्यभामा या पट्टराण्या. रुक्मिणीस तर त्याने आपल्यावरील प्रेम जाणून पळवून आणलेली. राधा व कृष्ण यांचे तर आत्मिक प्रेम. द्रौपदी कृष्णावर बंधसदृश प्रेम करत होती. सख्खी बहीण सुभद्रा, पण कृष्णाचे द्रौपदीवर उत्कट प्रेम होते. बाळपणी, तरुणपपणी त्याने अनेक गौळणींच्या खोड्या केल्या. हा सर्व त्याच्या पूर्णपुरुषत्वाचा आविष्कार होता. एवढे असूनही तो अनैतिक, बदफैली किंवा कामातुर नव्हता. हे काय गूढ आहे?

आपल्याकडे अवताराची कल्पना आहे. अवतार देवाचा असतो. 'देव' म्हणजे दुसरे तिसरे काही नसून माणसातीलच दिव्यशक्तींचा, दिव्यगुणांचा ज्या मनुष्याच्या ठिकाणी आविष्कार होतो तो देव. 'दिव' म्हणजे स्वर्ग; प्रकाशाचे, तेजाचे ठिकाण. जिथे सदैव मानवी दिव्य ज्ञानाचे तेज, गुणांचा प्रकाश फाकलेला असतो असे ठिकाण. त्या 'दिवा'मध्ये राहणारा तो देव. स्वर्गाची मुळात अशी कल्पना आहे. कृष्ण हा अशा प्रकारच्या माणसांतील देव होता. मानवी सर्वोत्तम गुणांचा विकास करून घेतलेला तो पुरुष होता. अर्थातच त्याच्या ठिकाणच्या पाशवी कामविकाराचे सर्वोत्तम मानवी भावनेत रुपांतर झालेले होते. अशा पूर्णपुरुषाचे शेकडो स्त्रियांवर प्रेम असले तरी त्याचा आविष्कार सुसंस्कृतच होतो. तो निरोगी आणि मानवी असतो.

आपल्या मानवी प्रेमाचा सुसंस्कृत आविष्कार आई, बहीण, आत्या, मावशी, वहिनी, मामी, काकी, मुलगी, नात यांच्यासंदर्भात होतच असतो. एवढेच काय एखादी सुंदर युवती दिसली, आपल्याला ती आवडली आणि आपण सुसंस्कृत असलो तर लगेच कामपीडित होऊन तिचा हात धरत नाही. तिच्याशी बोलतो, हसतो, हळुवारपणे वागतो. ओळख झाली तर तिला काही भेट देतो, घरी

बोलावतो. स्नेहभऱ्या दृष्टीने एखाद्या फुलाचे अनुभवावे तसे तिचे सौंदर्य न्याहाळतो. आपल्या सुसंस्कृत प्रेमभावनेला त्यात धन्यता वाटते. नजरेने ते सौंदर्य पिता येते, प्रसंगी उत्कट हळुवार स्पर्शाने ते उपभोगताही येते.

जगातील कोणतेही सौंदर्य या भावनेमुळे सांभाळले जाते. त्याचे भरणपोषण होते. कामपीडित वृत्तीने, स्वार्थाने आंधळे होऊन कुणी मानव ते कुस्करत नाही.

म्हणूनच या पातळीवर कृष्णाने सोळा हजार आठ स्त्रिया भोगल्या तरी तो अनैतिक, बदफैली होऊ शकत नाही. म्हणूनच त्याच्या स्त्रियांच्या संदर्भांतील कृतींना आपण 'खोड्या' म्हणतो, 'हलकटपणा' म्हणत नाही. म्हणूनच गौळणींसाठी कान्ह्याची प्रेमळ मुरली वाजते, तो शिट्ट्या मारत नाही. त्याची 'मस्करी' असते, कुस्करी त्याला ठाऊक नसते. त्याच्या या कृतीत शिवलिंगपूजा असते. कृष्ण शिवाला पुजतो तो या अर्थाने, या विकसिक भावनेने.

कामविकाराची पाशवी वृत्ती म्हणजे लिंगभोग आणि प्रेमभावनेची मन:पूत आराधना म्हणजे शिवलिंगपूजा. ही पूजा पवित्र, निसर्गाबरोबर मानवतेचा विकास साधणारी म्हणून ती मंगलमय, शिवस्वरूप. लिंगाला आपण त्याचे मौलिक महत्त्व ओळखून पवित्र मानल्याने त्याला शिवरूपता येते. म्हणून ते शिवलिंग. त्याचा देव तो शिवरूप महा-देव.

तो मानवीय पातळीवर स्थिर मनाने पुजला तर शिवलिंग तुमचे कल्याण करते. निसर्ग आणि मानवी संस्कृती तुम्हाला धन्यवाद देते.

◆

डवरणी

आनंद यादव

विविध मानवी स्वभावांचा मार्मिक वेध, बदलत्या खेड्याचे अंतर-स्पर्शी सूक्ष्म तणाव, समाजाच्या आणि व्यक्तींच्या जीवनातील विपरीत नाट्य,
सखोल गहिरे कारुण्य,
उत्कट काव्यात्मकता,
ग्रामीण शृंगार आणि अनघड पौरुष, स्पंदनशील मनाची प्रतिमायुक्त चिंतने आणि चैतन्यपूर्ण लवचीक भाषा यांनी यादवांची कथा इथे डवरलेली आहे.
कलात्मकतेचे आणि सच्च्या सामाजिकतेचे संयमी भान त्यांनी
या कथांतून सहजतेने सांभाळलेले जाणवते.